സങ്കടങ്ങളുടെ ഇടയൻ

sankadangalude idayan

novel

•

c soman

•

first chintha edition
july 2012

•

typesetting
star communications, thiruvananthapuram

•

published
chintha publishers, thiruvananthapuram

•

printed

•

cover
black mole

വിതരണം

ദേശാഭിമാനി ബുക്ക് ഹൗസ്

H O തിരുവനന്തപുരം-695 035
www.chinthapublishers.com
chinthapublishers@gmail.com

ബ്രാഞ്ചുകൾ

ഹെഡ്ഡാഫീസ് കുന്നുകുഴി • ഓവർബ്രിഡ്ജ് തിരുവനന്തപുരം • കെ എസ് ആർ ടി സി ബസ് സ്റ്റേഷൻ ആലപ്പുഴ • കെ എസ് ആർ ടി സി ബസ് സ്റ്റേഷൻ എറണാകുളം • മച്ചിങ്ങൽ ലെയ്ൻ തൃശൂർ • ഐ ജി റോഡ് കോഴിക്കോട് • കെ എസ് ആർ ടി സി ബസ് സ്റ്റേഷൻ കോഴിക്കോട് • എൻ ജി ഒ യൂണിയൻ ബിൽഡിങ് കണ്ണൂർ • സെൻട്രൽ ബസ് ടെർമിനൽ കോംപ്ലക്സ് താവക്കര കണ്ണൂർ

CO - 1789 / 2970

സങ്കടങ്ങളുടെ ഇടയൻ

2008–09 ലെ കരുണാസായി
പുരസ്കാരം നേടിയ നോവൽ

സി സോമൻ

ചിന്ത പബ്ലിഷേഴ്സ്
തിരുവനന്തപുരം-695 035

സി സോമൻ

തിരുവനന്തപുരം ജില്ലയിൽ നെടുമങ്ങാട് താലൂക്കിൽ വെള്ളനാട് വില്ലേജിൽ ചാങ്ങദേശത്ത് 1951 ൽ ജനിച്ചു.
അച്ഛൻ: കെ ചെല്ലൻ. അമ്മ: എൻ കാർത്തി. പന്നിയോട് ഗവ. എൽ പി എസ്, ചാങ്ങ സെന്റ് മേരീസ് എൽ പി എസ് പട്ടകുളം ഗവ. യു പി എസ്, കാട്ടാക്കട ബോൺവില്യം ഹൈസ്കൂൾ, ക്രിസ്ത്യൻ കോളേജ് കാട്ടാക്കട, മാർ ഇവാനിയോസ് കോളേജ് തിരുവനന്തപുരം എന്നിവിടങ്ങളിൽ പഠിച്ചു.
ഗണിതശാസ്ത്രത്തിൽ ബിരുദം. 1973 ൽ കെ എസ് എഫ് ഇയിൽ ജോലിയിൽ ചേർന്നു. 2008 ൽ വിരമിക്കുമ്പോൾ തിരുവനന്തപുരം റീജിയണൽ മാനേജരുടെ ചുമതല വഹിക്കുകയായിരുന്നു. 2011 ആഗസ്ത് 5 ന് അന്തരിച്ചു.
കൃതികൾ: *ഇമ്മാനുവേൽ എന്ന് പേരിട്ടു* (കഥകൾ), *ഇരുട്ടിന്റെ കണ്ണ്* (നോവൽ)

ഭാര്യ	:	എസ് ശ്യാമള
മക്കൾ	:	അരവിന്ദ്, ആര്യ
വിലാസം	:	ശ്യാമം, റ്റി സി 10/1800 (4) കുതിരക്കാട് ലെയിൻ മഞ്ചാടിമൂട്, വട്ടിയൂർക്കാവ് പി ഒ തിരുവനന്തപുരം 695 012

ഉള്ളടക്കം

തങ്ങളുടെ കൈവിലങ്ങുകൾ പൊട്ടുമെന്നും കാൽച്ചങ്ങല കളഴിയുമെന്നും സ്വന്തമായൊരു പുത്തൻ വർഗരഹിത ലോകം വരുമെന്നും, അവിടെ, ഒരാൾ മറ്റൊരാളുടെ വാക്കുകൾ മധുരസംഗീതംപോലെ കേൾക്കുമെന്നും കിനാവ് കാണുന്നവർക്ക് സമർപ്പിക്കുന്നു.

കാൾ മാർക്സ്
ഒരു ലഘുജീവിതരേഖ

ജർമനിയിലെ ട്രയർ എന്ന പുരാതന പട്ടണത്തിൽ 1818 മെയ് 5ന് ജനനം. പിതാവ്: അഭിഭാഷകനായ ഹെൻറീച്ച് ഹെർഷൻ മാർക്സ്. മാതാവ്: വീട്ടമ്മയായ ഹെൽറിയേത്തെ പ്രസ് ബർഗ്.

ട്രയർ ജിംനേഷ്യംസ്കൂൾ, ബോൺ, ബർലിൻ സർവകലാശാലകൾ എന്നിവിടങ്ങളിൽ വിദ്യാഭ്യാസം.

ജേനാ സർവകലാശാലയിൽനിന്നും തത്വശാസ്ത്രത്തിൽ ഡോക്ടറേറ്റ് ബിരുദം. ലൂയി വോൺ വെസ്റ്റ് ഫാലൻ പ്രഭുവിന്റെ മകൾ ജെന്നിയെ പ്രണയിച്ചു. തമ്മിൽ 1845 ൽ വിവാഹിതരായി.

പ്രവാസ ജീവിതത്തിന്റെ ഏറെ പങ്കും ലണ്ടനിൽ വസിച്ചു. മാർക്സ് ദമ്പതികൾക്ക് ആറ് മക്കൾ പിറന്നു. നാല് പെൺകുട്ടികൾ, രണ്ട് ആൺകുട്ടികൾ.

ഇല്ലായ്മകളുടെയും വ്യഥകളുടെയും നടുവിൽ രണ്ടാൺകുട്ടികളും ഒരു പെൺകുട്ടിയും നന്നേ ചെറുപ്പത്തിൽ മരണമടഞ്ഞു. ശേഷിച്ചവർ മൂന്ന് പെൺകുട്ടികൾ. ജെന്നി, ലോറ, ടട്സി എന്ന എല്യനോർ. മൂത്തമകൾ ജെന്നി, മാർക്സ് മരിക്കുന്നതിന് ഒരുവർഷം മുമ്പ് ചരമം പ്രാപിച്ചു.

ആത്മമിത്രം: ഫ്രെഡറിക് എംഗൽസ്.

കുടുംബസഹയാത്രിക: ഹെലൻ.

വിശ്വപ്രസിദ്ധ കൃതികൾ: *കമ്യൂണിസ്റ്റ് മാനിഫെസ്റ്റോ* (എംഗൽസുമായി ചേർന്നെഴുതി) *മൂലധനം* (ദാസ്കാപ്പിറ്റൽ).

1881 ഡിസംബർ രണ്ടിന് അന്തരിച്ച പ്രിയപത്നി ജെന്നിയെ ഹൈഗേറ്റ് സെമിത്തേരിയിലടക്കം ചെയ്തു.

1883 മാർച്ച് 14ന് അന്തരിച്ച മാർക്സിനെ ഹൈഗേറ്റ് സെമിത്തേരിയിൽ പ്രിയതമയുടെ ശവകുടീരത്തിനു സമീപം സംസ്കരിച്ചു.

അവതാരിക

നോവലിൽ ചരിത്രപുരുഷൻ കഥാപാത്രമാകുമ്പോൾ

പെരുമ്പടവം ശ്രീധരൻ

ഏതു നിർവചനവും ഒടുവിൽ കാണിച്ചുതരുന്നത്, നോവൽ ജീവിതത്തിന്റെ ആഖ്യാനമാണെന്നാണ്; ജീവിതം വ്യക്തിയുടെയായാലും സമൂഹത്തിന്റെയായാലും കാലത്തിന്റെയായാലും. ജീവിതം വർണിച്ചുപോകുമ്പോൾ അതിനകത്ത് ആത്മസംഘർഷങ്ങളും ആത്മവ്യഥകളുമൊക്കെ കലരുന്നു. ജീവിതം സമൂഹത്തിന്റെയാകുമ്പോൾ പിന്നിട്ടകാലം രൂപപ്പെടുത്തിയ വിശ്വാസങ്ങളുടെ നന്മതിന്മകൾ തന്നെയായിത്തീരുന്നു സംഘർഷങ്ങളുടെ പ്രഭവകേന്ദ്രം. കാലത്തിന്റെ ജീവിതമെടുത്തുനോക്കുമ്പോൾ പഴകിയും ജീർണിച്ചും പോയ വ്യവസ്ഥിതിയെ പുതുക്കിപ്പണിയുന്ന ഒരാത്മചോദനയുടെ പൊട്ടിത്തെറി അതിനകത്തുതന്നെ ഉണ്ടാകുന്നു. നോവലിൽ അല്ലെങ്കിൽ കലയേതിലും ആത്മസംഘർഷങ്ങളും ആത്മവ്യഥകളും അനുഭവമായിത്തീരുന്നത് അങ്ങനെയാണ്.

കാൾ മാർക്സിന്റെ ജീവിതത്തെ ആധാരമാക്കിയുള്ള *സങ്കടങ്ങളുടെ ഇടയൻ* എന്ന ഈ നോവലിലൂടെ കടന്നുപോകുമ്പോൾ ജീവിതവും കാലവും തമ്മിലുള്ള സംഘർഷംകൊണ്ട് ഉലയുന്ന വ്യക്തിജീവിതത്തിന്റെ അകംപുറങ്ങൾ കാണാറാകുന്നു. കാലത്തിന്റെ ജാതകം തിരുത്തിയ ആ മഹാമനുഷ്യൻ ജീവിതം നീളെ അനുഭവിച്ച ആഴമേറിയ സങ്കടങ്ങളുടെയും ആത്മസംഘർഷങ്ങളുടെയും ആകുലതകളുടെയും പിരിമുറുക്കത്തിനിടയിൽനിന്ന് നോവൽ രൂപംകൊള്ളുന്നു. വ്യക്തിയുടെ ജീവിതം ഒടുവിൽ കഥയായിത്തീരുന്നു. കഥ ജീവിതം തന്നെയാണെന്ന ബോധത്തിനരികിൽ നാം പിന്നെയും ചെന്നെത്തുന്നു.

ചരിത്രത്തിൽ ഉജ്വലശോഭ പ്രസരിപ്പിച്ചു നിൽക്കുന്ന ഒരു വ്യക്തിയെ കഥാപാത്രമാക്കുമ്പോൾ നോവലിസ്റ്റ് ഒരു പർവതത്തിന്റെ അത്രവരുന്ന ഭാരം എടുത്ത് ഹൃദയത്തിന്മേൽ വയ്ക്കുകയാണ്. എല്ലാവരും അറിയുന്ന

ഒരാളെ കഥാപാത്രമാക്കി തീർക്കുക അത്ര എളുപ്പമല്ല. പാളിപ്പോയാൽ കഥാപാത്രം ചരിത്രപരുഷന്റെ വികലമായ നിഴൽരൂപം മാത്രമായിത്തീരും. ചരിത്രപരുഷനെ കഥാപാത്രമാക്കിത്തീർക്കുകയാണ് എഴുത്തുകാരൻ നേരിടുന്ന അഗ്നിപരീക്ഷ. ദസ്തയേവ്സ്കിയുടെ ജീവിതം വച്ച് *ഒരു സങ്കീർത്തനംപോലെ* എഴുതുമ്പോൾ ഞാൻ അനുഭവിച്ചതാണ് അതിന്റെ മരണസദൃശമായ വ്യഥ. ദൂരെനിന്നു നോക്കുന്നവർക്കു തോന്നും, ഓ ഇത് ആ ചരിത്രപരുഷനല്ലേ, അദ്ദേഹത്തിന്റെ ജീവിതംതന്നെയല്ലേ എന്ന്. വായനക്കാരന്റെ ഉള്ളിൽ അങ്ങനെ ഒരു പ്രതികരണം മാത്രമേ നോവൽ ഉളവാക്കുന്നുള്ളുവെങ്കിൽ എഴുത്തുകാരന്റെ പ്രയത്നം വെറുതെയായിപ്പോകും. ചരിത്രത്തിന്റെ പകർത്തിയെഴുത്ത് കലയല്ല. ചരിത്രപുരുഷനെ കഥാപാത്രമാക്കി തീർക്കുകയോ കഥാപാത്രത്തെ ഒരാശയത്തിന്റെ തേജോരൂപമാക്കി തീർക്കുകയോ ചെയ്യുമ്പോഴാണ് അത് കലാസൃഷ്ടിയായിത്തീരുന്നത്.

മാർക്സിന്റെ ജീവിതം വച്ച് നോവലെഴുതുമ്പോൾ സി സോമൻ അങ്ങനെ ഒരഗ്നിപരീക്ഷയെ നേരിടുകയായിരുന്നുവെന്നാണ് എനിക്കത് വായിച്ചപ്പോൾ തോന്നിയത്. മാർക്സിന്റെ ജീവിതത്തിലെ ആത്മസംഘർഷങ്ങളിലൂടെയും ആത്മവ്യഥകളിലൂടെയും കടന്നുപോകുമ്പോൾ എഴുത്തുകാരൻ അനുഭവിച്ച വൈകാരികമായ പിരിമുറുക്കം അതേ അളവിൽ വായനക്കാരനും അനുഭവപ്പെടണം. ചരിത്രത്തിൽ കണ്ട ആളല്ലല്ലോ ഇതെന്നു തോന്നിപ്പിക്കുന്ന ഒരു മാജിക് ഉണ്ടാവണം അതിനകത്ത്. അദൃഷ്ടപൂർവമെന്നു തോന്നിപ്പിക്കുന്ന ഒരു ആഖ്യാനതന്ത്രം കൊണ്ടുവേണം അത് സാക്ഷാൽക്കരിക്കാൻ. ചരിത്രത്തിൽനിന്ന് തീർത്തും വ്യത്യസ്തമായ ശിൽപ്പവും ആഖ്യാനകലയും ഇണങ്ങിച്ചേരണം. ആ പരീക്ഷണത്തിൽ സി സോമൻ എത്രമാത്രം വിജയിച്ചുവെന്ന് നോവൽ വായിക്കുന്ന സഹൃദയന് സ്വയം നിർണയിക്കാൻ കഴിയുന്നതേ ഉള്ളൂ. എന്നെ സംബന്ധിച്ചിടത്തോളം അത് ആഹ്ലാദകരമായ ഒരനുഭവമായിരുന്നു. ജെന്നിയും എംഗൽസുമൊക്കെ ഇടകലർന്നുള്ള ജീവിതസന്ധികളിലൂടെ മാർക്സിനെ ഒരു പച്ച മനുഷ്യനെന്ന നിലയിൽ നമുക്ക് ഈ നോവലിൽ കാണാൻ കഴിയുന്നു.

മാർക്സിന്റെ ജീവിതത്തെ തന്റെ കൈക്കിണങ്ങിയ ശിൽപ്പത്തിലൊതുക്കി ലളിതമായ ഒരാഖ്യാനശൈലികൊണ്ടു പരിചരിച്ച് സി സോമൻ തന്റെ സർഗാത്മക ജീവിതത്തിൽ മറ്റൊരു നാഴിക പിന്നിടുന്നു. ജീവിതം നീളെ മാർക്സ് അനുഭവിച്ച ആകുലതകളിലൂടെയും പ്രതിസന്ധികളിലൂടെയുമുള്ള ഒരാത്മസഞ്ചാരമാണ് ഇത്. ചരിത്രപുരുഷനിൽ നിന്ന് കഥാപാത്രത്തെ രൂപപ്പെടുത്തുമ്പോൾ അതിൽ വ്യക്തിനിരപേക്ഷമായി ജീവിതത്തിന്റെ ഒരനുഭവമണ്ഡലം തെളിഞ്ഞു വരും. അങ്ങനെ, ഒരനുഭവമാണ് ഈ നോവൽ പങ്കുവയ്ക്കുന്നതെന്ന് ഞാൻ സന്തോഷപൂർവം ഓർമിക്കുന്നു.

ആമുഖം

ദരിദ്രൻ നിന്ദിതൻ പീഡിതൻ

മഹാനായ കാൾ മാർക്സിന്റെ ജീവിതത്തിന്റെ ബാക്കിപത്രത്തിൽ ഇല്ലായ്മകളും സങ്കടങ്ങളും മുഴച്ചുനിന്നു. രോഗവും ദാരിദ്ര്യവും നിന്ദയും ഉടനീളം പിന്തുടർന്ന ആയുസിനിടയ്ക്ക് മൂന്ന് പിഞ്ചുമക്കളെപ്പോലും മരണത്തിനു വിട്ടുകൊടുക്കേണ്ടിവന്നു.

മാർക്സിന്റെ സ്വകാര്യജീവിതത്തെ ആധാരമാക്കി ഒരു നോവൽ, പണ്ടെങ്ങോ ഉദിച്ചൊരു സ്വപ്നം. പിന്നെയും പിന്നെയും ആ സ്വപ്നം പിന്നാലെ വന്നു.

കോടിക്കണക്കിനു തൊഴിലാളികൾ നെഞ്ചിലേറ്റുന്ന ദർശനങ്ങളുടെ ആചാര്യൻ തങ്ങളെപ്പോലെ തന്നെ ദുരിതങ്ങളേറ്റു വാങ്ങിയെന്ന തിരിച്ചറിവിന്റെ കൈനാട്ടിയാണീ നോവലിന്റെ ഇതിവൃത്തം.

മൂന്ന് ദശാസന്ധികളിലൂടെ കൊച്ചുകൊച്ച് ഓർമകളിലേക്ക് മാർക്സും എംഗൽസും ചെന്നുപെടുന്നതാണീ നോവലിന്റെ ഘടന.

തന്റെ ജീവരക്തമായ *മൂലധന*ത്തിന്റെ പകർത്തെഴുത്തു പ്രതി പൂർത്തിയാക്കി പ്രസാധകനെ ഏൽപ്പിക്കുവാൻ മാർക്സ് കപ്പലിൽ കയറുന്നു...

ഇത് ഒന്നാം ഘട്ടം

രണ്ടാം ഘട്ടമാകട്ടെ, തന്റെ പ്രിയപത്നി ജെന്നിയുടെ ശവമഞ്ചം ചുമന്ന് ഹൈഗേറ്റ് സെമിത്തേരിയിലേക്കു നീങ്ങുന്ന വിലാപയാത്രയെ മാർക്സ് ചില്ലുജാലകത്തിലൂടെ നോക്കിക്കാണുന്നു.

മാർക്സിന്റെ പാതിജീവനായിരുന്ന ആത്മമിത്രം എംഗൽസ് പ്രിയസുഹൃത്തിന്റെ ശവസംസ്കാരച്ചടങ്ങിൽ ഹൈഗേറ്റ് സെമിത്തേരിയിൽ പങ്കുകൊള്ളുന്നു; ഇതാണ് മൂന്നാംഘട്ടം.

മാർക്സിന്റെ ജീവിതത്തിൽ സംഭവിച്ചുകൊണ്ടിരുന്ന ആകസ്മിക

ങ്ങളായ സ്വകാര്യദുർവിധികളുടെയും നടുക്കങ്ങളുടെയും പരമ്പരകൾ ചുരുൾ നിവർത്തുമ്പോൾ ആ വിശ്വപ്രതിഭ മാനവരാശിയുടെ മുന്നിൽ തുറന്നു കാഴ്ചവച്ച മൗലിക ദർശനങ്ങൾ ഏറക്കുറെ വിട്ടുകളഞ്ഞുവെന്ന അപരാധവും ഞാനിവിടെ ഏറ്റുപറയുന്നു. അത്യുന്നത ചിന്താമണ്ഡലങ്ങളിൽ നിറഞ്ഞുനിൽക്കുന്ന മാർക്സിയൻ സിദ്ധാന്തങ്ങളെ ഒന്നകലെ നിന്ന് സ്പർശിക്കാൻപോലും ശക്തമല്ല ഈ വിഷയത്തിലെ എന്റെ പരിമിതമായ അറിവ്. എന്നാൽ ചിലയിടങ്ങളിൽ ചിലപ്പോൾ പലർക്കും സുപരിചിതങ്ങളായ മാർക്സിയൻ വിചാരങ്ങളുടെ മിന്നലാട്ടവും നിഴലും കാണാം. ഇത് വെറും സ്വാഭാവികം മാത്രം.

മാർക്സിന്റെ കുടുംബബന്ധങ്ങളിലൊളിഞ്ഞുകിടന്ന ചില വിടവുകൾ ശ്രദ്ധയിൽപ്പെട്ടത് ഇലയ്ക്കും മുള്ളിനും കേടില്ലാത്ത നിലയിൽ പൂരിപ്പിക്കാൻ ഞാനിവിടെ ശ്രമിച്ചിട്ടുണ്ട്. ഇതിനായി മാർക്സിന്റെ ബിംബത്തെയല്ല പ്രതിബിംബത്തെയാണ് അവലംബിച്ചിട്ടുള്ളത്.

യുഗപുരുഷൻ കാൾ മാർക്സിന്റെ ജീവിതാനുഭവങ്ങളും ദാർശനികമാനങ്ങളും ഉൾക്കൊള്ളുന്ന ചെറുതും വലുതുമായ ഗ്രന്ഥങ്ങളിലൂടെയും ലേഖനങ്ങളിലൂടെയും വിമർശനക്കുറിപ്പുകളിലൂടെയും പല കാലങ്ങളായി ഞാൻ സഞ്ചരിച്ചിട്ടുണ്ട്; ചങ്ങാത്തം കൂടിയിട്ടുണ്ട്. ഇത്തരം അനശ്വരങ്ങളായ അക്ഷരനിധികളോടെന്റെ കടപ്പാട് രേഖപ്പെടുത്തിക്കൊള്ളട്ടെ, ഈ നോവലെഴുതാൻ വഴി കാണിച്ചതിന്. ആ വഴിയിൽ കണ്ടതിൽ ചിലത് കടം തന്നതിന്.

തിരുവനന്തപുരം
ഫെബ്രുവരി 09, 2009

സി സോമൻ

1

യാത്ര

ലണ്ടൻ

1867 ഏപ്രിൽ 10

പെരുമഴയത്ത് മാറിയമാനം പോലെ വെളുത്ത മനസ്സ്. കാൾ മാർക്സ് കപ്പലിന്റെ മുകൾത്തട്ടിലിരുന്ന് ആകാശത്തിന്റെ ചരുവിലേക്കു നോക്കി. അവിടെ ഒരു കാർമേഘപ്പൊട്ടുപോലും കാണാനില്ല. ചക്രവാളം ചുമന്ന് തുടുത്തുതുടങ്ങി. മുകളിൽ വെള്ള മേഘങ്ങൾ മിന്നിത്തിളങ്ങി. താഴെ കടൽ ഒരു നീലവിരിപ്പുപോലെ കിടന്നു. കടൽക്കാഴ്ച കാണാൻ തനിക്ക് മുകൾപ്പരപ്പിലെ ഈയിടമൊരുക്കിത്തന്ന കപ്പിത്താൻ സുഹൃത്തേ, നന്ദി.

മാർക്സ് ഓർത്തു. കഴിഞ്ഞ കാൽനൂറ്റാണ്ടായി താൻ ഹൃദയത്തിൽ ചുമന്ന കാറും കോളും ഇറക്കാനായത് പോയമാസത്തിലാണ്. മൂലധനത്തിന്റെ ഒന്നാം വല്യത്തിന്റെ പകർപ്പ് പൂർത്തിയായ നേരത്ത്. ഹാംബുർഗിലെ പ്രസാധകർ മൈസ്നറെ ഈ പകർപ്പേൽപ്പിച്ചു കഴിഞ്ഞാൽ, തന്നെച്ചുഴിഞ്ഞ ദുഃസ്വപ്നങ്ങളും ആധിയും ഇറക്കിവയ്ക്കാനാകും. പ്രസാധകനുമായുള്ള ഇടപാടുകൾ പറഞ്ഞൊപ്പിച്ചത് ജെന്നിയാണ്. അത്തരം ഏർപ്പാടുകളൊക്കെ അവൾക്കേ കഴിയൂ. ഈ കപ്പൽ യാത്രക്കുള്ള ഒരുക്കങ്ങളെല്ലാം അവൾ ചെയ്തതാണ്.

പാവം എത്രനാളായി ജെന്നി നേരെ ചൊവ്വേ ഒന്ന് കണ്ണുപൂട്ടി ഉറങ്ങീട്ട്. ഭാര്യപ്പണി, അമ്മപ്പണി, പിന്നെയീ തടിമാടൻ പുസ്തകത്തിന്റെ പകർപ്പെഴുത്തും മറ്റു ലേഖനങ്ങളുടെ പകർപ്പെഴുത്തും കത്തിടപാടുകളും അവളുടെ വകുപ്പിൽപ്പെടുന്നു. ഒടുവിൽ അവൾ തളർന്നു. ഇന്ന് തന്നെ

യാത്രയാകുമ്പോൾ ഏറെ പ്രസരിപ്പും പ്രസന്നതയും അവൾ പ്രകടിപ്പിച്ചതുകണ്ടു. യാത്രാമൊഴികൾക്കിടയിൽ ചുംബിക്കുമ്പോൾ അവളുടെ കണ്ണുകൾ നനയുന്നത് കാണാമായിരുന്നു. ഇടയ്ക്കിടെ ചിരിവിടർന്ന് ആ മുഖം വികസിച്ചു. ചിരിയും മിഴിനീരും ചാലിച്ച ഭാവം ഒരു മാലാഖയുടേതുപോലെതന്നെ തോന്നി. മക്കൾ ജെന്നിയും ലോറയും ടട്സിയും ഓടിയടുത്തപ്പോൾ അമ്മ അവർക്കായി തെന്നിമാറിനിന്ന് മന്ദഹസിച്ചു. മക്കൾ തന്റെ കോട്ടിലെ പറ്റിപ്പിടിച്ച പൊടി തട്ടിമാറ്റിയും ടൈ വലിച്ച് നേരെയാക്കിയും ചുറ്റുംകൂടി. പിന്നെ കൈവീശി, ഹെലൻ ദൂരെ മാറിനിന്നു. ഇത്തരം രംഗങ്ങളിൽ അവളങ്ങനെയാണ്.

പകർത്തെഴുതിയ നോട്ടുബുക്ക് കെട്ടുകൾ എണ്ണിക്കൂട്ടി കുതിരവണ്ടിയിൽ കയറുമ്പോൾ എണ്ണം തിട്ടപ്പെടുത്തി കപ്പലിൽ കയറ്റുവാൻ ജെന്നി കുതിരക്കാരനു നിർദേശം കൊടുത്തിരുന്നു. എല്ലാം ഭദ്രമായി താഴെ നിലയിലെ കിടപ്പുമുറിയിൽ അടുക്കിവച്ചിട്ടാണ് കുതിരക്കാരൻ യാത്രയായത്.

മാർക്സ് കടലിലേക്ക് നോക്കിയിരുന്നു. കടൽ അനന്തമായി നീലച്ചായം കടഞ്ഞ തടാകംപോലെ കിടന്നു.

ശാന്തമായ കടൽപ്പരപ്പിനു മേലെ കഴുകന്മാർ വട്ടമിടുന്നു. അവയ്ക്കു മേൽ കടൽക്കാക്കകൾ പറന്നു. കടൽക്കാറ്റ് വീശിയപ്പോൾ തണുപ്പ് അരിച്ചുകയറി. ഈ കോട്ടും കൂടിയില്ലായിരുന്നുവെങ്കിൽ തണുത്തു വിറച്ചേനെ. ഈ കോട്ടും ടൈയും ഷൂവുമണിഞ്ഞ് ഇന്നെങ്കിലും പുറപ്പെടാനായത് എംഗൽസിന്റെ സമയോചിതമായ സഹായംകൊണ്ടാണ്. ഇന്നലെ വരെ ഇവയൊക്കെ പണയപ്പണ്ടങ്ങളായിരുന്നല്ലോ. പണയവസ്തുക്കൾ മോചിപ്പിച്ചെടുക്കാനും യാത്രക്കൂലിക്കുള്ള തുകയുമാണ് അയച്ചുതന്നത്. ഇങ്ങനെ ഈ ദാനം വന്നുചേർന്നില്ലായിരുന്നുവെങ്കിൽ ഈ യാത്രതന്നെ മുടങ്ങിയേനെ. *മൂലധനം* പൊടിപടലങ്ങൾക്കും മാറാലകൾക്കും ഇടയിൽ വീണ്ടും വീർപ്പുമുട്ടിയേനെ.

"നന്ദി, എംഗൽസ്, നന്ദി. പ്രിയ ചങ്ങാതീ താങ്കൾക്ക് നന്ദി. ഞാനൊന്ന് മനസുകൊണ്ട് നമിച്ചോട്ടെ, താങ്കളെ."

കോട്ടിന്റെ കീശയിൽ നിന്നും ഒരു ചുരുട്ടെടുത്തു വലിച്ചാലോ. ആകെ ഒന്നു ചൂടാക്കാമായിരുന്നു. ചുരുട്ട് കത്തിക്കുവാനുള്ള ശ്രമം പരാജയപ്പെടുത്തിക്കൊണ്ട് കാറ്റ് വീശി. എതിരെ വന്ന ഒരു കപ്പൽ ജോലിക്കാരൻ ചുരുട്ട് കത്തിക്കാൻ സഹായത്തിനെത്തി. "നന്ദി! വേണ്ട." മാർക്സ് തടഞ്ഞു.

തന്റെ നിബിഡമായ താടിരോമങ്ങൾ വിലപ്പെട്ടതായാണ് മാർക്സ് സൂക്ഷിച്ച് പരിപോഷിപ്പിക്കുന്നത്. ആ നരരോമക്കൂട്ടം കത്തിയെരിഞ്ഞു പോകുമോ എന്ന ആശങ്കയിലാണ് അയാളോട് സഹായം വേണ്ടെന്നു പറയേണ്ടി വന്നത്. രാവിലെ കണ്ണാടിയിൽ നോക്കുമ്പോൾ താടിരോമ

ങ്ങളിലേറെയും വെളുത്തിരിക്കുന്നത് കണ്ണിൽപ്പെട്ടു. കൈവെള്ള കൊണ്ടും വിരലുകൾകൊണ്ടും തടവിയൊതുക്കുമ്പോൾ കൺപോളകൾ തടിച്ച് കൃഷ്ണമണികൾ കുഴികളിലേക്കിറങ്ങിയിരിക്കുന്നതും കണ്ടു. ദിവസങ്ങളായുള്ള അലച്ചിലും നിദ്രാവിഹീനരാത്രികളും തന്റെ മുഖത്തെ സ്ഥായിയായ പ്രസരിപ്പ് മങ്ങിച്ചിരിക്കുന്നു.

ഒരുവിധം കഷ്ടപ്പെട്ടാണ് ചുരുട്ട് കത്തിക്കാനായത്. പുകയൂതുമ്പോൾ സഹയാത്രികർക്ക് അസഹിഷ്ണുത തോന്നുമോ ആവോ? ചന്തയിൽ കിട്ടാവുന്ന കുറഞ്ഞ തരം ചുരുട്ടാണ് തന്റെ ചുണ്ടിലെരിയുന്നത്. ഒന്നാം തരം വാങ്ങാൻ കാശ് വേണ്ടേ? എന്നും അങ്ങനെയാണ്. മൂന്നാംകിട ഉൽപ്പന്നങ്ങളാണ് തന്റെ വീട്ടിൽ നിത്യേന ഉപയോഗിക്കുന്നത്. എല്ലാം മൂന്നാംതരം. മൂന്നാംതരം റൊട്ടി. മൂന്നാംതരം ഇറച്ചി. മൂന്നാംതരം ഉരുളക്കിഴങ്ങ്. പരുത്തിവസ്ത്രങ്ങൾപോലും മേന്മ കുറഞ്ഞത്. തുന്നിക്കെട്ടിയ കുപ്പായങ്ങളണിഞ്ഞ് പുറത്തിറങ്ങുമ്പോൾ കുട്ടികൾക്ക് സങ്കോചമുണ്ടാവാതിരിക്കില്ല. അവരോട് അങ്ങനെ ചോദിക്കാനും ധൈര്യം വരാറില്ല. 'ഉവ്വ്. എന്നവർ പറഞ്ഞുപോയാലോ. നല്ലയിനം വാങ്ങിക്കൊടുക്കാനാവുമോ? ഇല്ല. തുന്നലും അലക്കും ഹെലന്റെ വകുപ്പാണ്. ഉള്ള വസ്ത്രങ്ങൾ മുഷിയാതെ വെടിപ്പോടെ അണിയാൻ തുടങ്ങിയത് ഹെലന്റെ വരവോടു കൂടിയാണ്. തങ്ങളുടെ ദാരിദ്ര്യകുടുംബത്തോടൊപ്പം ഇല്ലായ്മകളുടെ പങ്കുപറ്റി ഉള്ളതു തിന്നും തിന്നാതെയും കുടിച്ചും കുടിക്കാതെയും കരഞ്ഞും കരയാതെയും ചിരിച്ചും ചിരിക്കാതെയും തങ്ങളുടെ തുണയായി വന്നണഞ്ഞ ഹെലൻ തങ്ങൾക്ക് ആരാണ്? അമ്മയാണോ കൂടപ്പിറപ്പാണോ? അതോ അതിനും മേലെയുള്ള ബന്ധുവോ? ഹെലൻ, നീ ഞങ്ങളുടെ താങ്ങാണ്, തണലാണ്, നിഴലാണ്. ശരി അതുമാത്രമാണോ നീ? അതുമാത്രമാണോ?

മാർക്സിന്റെ ഇരിപ്പിടത്തിൽനിന്ന് കുറേമാറി രണ്ടുപേർ തമ്മിൽ വാക്ക് തർക്കത്തിലായി. ഉയരം കൂടിയ ഒരുവനും കുറുകിയ മറ്റൊരുവനും. രണ്ടുപേരും കൈകളിൽ ബിയർക്കുപ്പികൾ ഉയർത്തിപ്പിടിച്ചിട്ടുണ്ട്. ഉയരംകൂടിയവൻ കവിളിൽ നിറച്ച ബിയർ അപരന്റെ മുഖത്തേക്ക് ആഞ്ഞ് തുപ്പി. ഒഴിഞ്ഞ കുപ്പി തല്ലിയുടച്ച്, ഉയരം കുറഞ്ഞവന്റെ നേർക്കടുത്തു. പതയുന്ന ബിയർച്ചാലുകൾ തുടച്ചുകൊണ്ട് അപരൻ മാർക്സിനെ നിസ്സഹായനായി നോക്കിയിട്ട് താഴേക്കോടി മറഞ്ഞു. മാർക്സ് ക്ഷോഭമടക്കി ചുരുട്ട് ആഞ്ഞാഞ്ഞു വലിച്ചു. അക്രമി ക്രോധത്തോടെ പൊട്ടിയ ബിയർകുപ്പി അകലേക്ക് വലിച്ചെറിഞ്ഞു.

ബോൺ സർവകലാശാല ജീവിതം മാർക്സ് ഓർത്തുപോയി. മദ്യപിച്ച് പേക്കൂത്തുകൾ കാണിച്ച് ആഘോഷിച്ച കൗമാരം. ഒരിക്കൽ കുടിച്ച് പൂക്കുറ്റിയായി കോലാഹലമുണ്ടാക്കിയതിന് സർവകലാശാല ഒരു ദിവസത്തേക്ക് തന്നെ തടവിന് വിധിച്ചു. തടവറയിൽ സുഹൃത്തുക്കൾക്ക്

സന്ദർശിക്കാനും മദ്യപിക്കാനും ചീട്ടുകളിക്കാനും അനുവാദമുണ്ട്. സഹപാഠികളൊക്കെ കുടിയന്മാരാണ്. പഠനം മറന്ന് മദ്യപിച്ച് ബഹളം വയ്ക്കാൻ അനുവാദമുള്ള ബോൺ സർവകലാശാല ഒരു കലാപശാലയായിരുന്നു; ഒപ്പം മദ്യശാലയും. ചിലപ്പോൾ സംഘം തിരിഞ്ഞ് കുട്ടികൾ പോരാടി. ഒറ്റയ്ക്കൊറ്റയ്ക്കുള്ള മൽപ്പിടുത്തവും സാധാരണമാണ്.

ഒരിക്കൽ താനൊരു അക്രമിയുമായി ദ്വന്ദ്വയുദ്ധത്തിലേർപ്പെട്ടു. ഒരു പ്രഭുകുമാരൻ, കൊള്ളാം, ഒരുന്നത കുലജാതനെ ഇടിച്ചുവീഴ്ത്താൻ കിട്ടിയ അവസരം പാഴാക്കിക്കൂടാ. ഉള്ളിൽ സന്തോഷം തോന്നി. ഓരോ ചുവടുവയ്പ്പും കൈപ്പെരുമാറ്റവും കരുതലോടെ വേണം. ജിംനേഷ്യത്തിൽ അവനും പരിശീലിച്ചിട്ടുണ്ടാകുമല്ലോ തന്നെപ്പോലെ. അടി തുടങ്ങി. കാഴ്ചക്കാരുടെ എണ്ണം പെരുകി. കയ്യടികൾ. ആർപ്പുവിളികൾ പൊരിഞ്ഞ അടികൾക്കൊടുവിൽ എതിരാളി പൂഴിയിൽ വീണു. കമഴ്ന്നടിച്ചുള്ള വീഴ്ച. ചുറ്റും വീരഗാഥകളുയർന്നു. തന്റെ പുരികത്തിൽ ആഴത്തിലൊരു മുറിവ് അവൻ സമ്മാനിച്ചു. ഓ അന്ന് അത്ര കാര്യമാക്കാനുള്ള വകയ്ക്കില്ല. ശത്രു ദേഹമാസകലം പൊടിപിടിച്ച് മുടന്തിയും ഏന്തിയും നടക്കുന്നതു കണ്ടപ്പോൾ കൺപോളയിലൂടെ ഒലിച്ച ചോരത്തുള്ളികൾ ചൂണ്ടുവിരൽ കൊണ്ട് താൻ തട്ടിത്തെറിപ്പിച്ചു.

മാർക്സ് ചിരസ്മരണയായ ആ പാടിന്റെ മേൽ മെല്ലെ വിരലുകളോടിച്ചു. പിന്നെ, മന്ദഹസിച്ചു, ചുരുട്ടിന്റെ അവസാനപുകയുമെടുത്ത് കുറ്റി കടലിലേക്കെറിഞ്ഞു.

കടൽക്കാഴ്ചകൾ മാർക്സ് നോക്കിയിരുന്നു.

കടൽ ക്ഷോഭത്തിലാണ്. തിരകൾ ഉയരങ്ങളിലേക്കിരമ്പിക്കയറി. ആകാശത്തെ മുട്ടുമോ എന്ന ആശങ്ക ഉണ്ടായിരുന്നു. കപ്പലുലയുന്നോ? ആകെപ്പാടെ ഒരു സുഖം തോന്നി. വലിയതിരകളുമായി മല്ലിടുന്ന ചെറിയ തിരകൾ. ചെറിയ തിരകളുടെ നിരന്തര ഇരച്ചുകയറ്റത്തിൽ വൻതിരകൾ ചിന്നിച്ചിതറി ഇല്ലാതാവുന്നു. ചിലപ്പോൾ കടൽ ശാന്തമായി ഒന്നുമറിയാതെ കിടന്നു. അങ്ങുമിങ്ങും ചില കുഞ്ഞോളങ്ങൾ മിന്നുന്നു. അത്രതന്നെ.

മാറ്റമില്ലാത്തത് മാറ്റത്തിനു മാത്രം. താനതു പറഞ്ഞപ്പോൾ ആശയം ദുർഗ്രഹമാണെന്ന് ചിലർ കൂവി ഒച്ചയിട്ടു. എത്ര ലളിതമായ സംഗതിയാണത്. ഈ തിരകളെ നോക്കാം. തിരകൾ വരുന്നു. പിൻവാങ്ങുന്നു. പിന്നെ വീണ്ടും തിരകൾ വരുന്നു. അവ ഒഴിഞ്ഞു മാറുന്നു. ആ ഇടം നിറച്ചുകൊണ്ട് മറ്റൊരു തിര വരുന്നു. വൻതിര വന്നാൽ ചെറുതിര അമരുന്നു. വീണ്ടും മറ്റൊരുതിര. മറ്റൊരിടത്തുനിന്നും മറ്റൊരിടത്തേക്ക്. എന്തും നിരന്തരം ചലിച്ചുകൊണ്ടിരിക്കുന്നു. ഒന്ന് മറ്റൊന്നാകുന്നു. മറ്റൊന്ന് പിന്നൊന്നാകുന്നു. പിന്നെയും പിന്നെയും രൂപങ്ങൾ മാറുന്നു. ഭാവങ്ങൾ മാറുന്നു. ഡാർവിന്റെ നിഗമനങ്ങളെന്തായിരുന്നു? പരമാണുവിൽ തുടങ്ങിയ

ജീവന്റെ തുടിപ്പ് മറ്റൊരു ജീവനായി മാറുന്നു. ആ ജീവൻ മറ്റൊന്നായി രൂപപരിണാമത്തിന് വിധേയമാകുന്നു. മാറ്റങ്ങളിലൂടെ മാറി മാറി ഒടുവിൽ മനുഷ്യരൂപം പ്രാപിച്ചു. പ്രപഞ്ചത്തിലെ സമുന്നത ജീവസത്തയെ ഉൾക്കൊള്ളുന്ന മനുഷ്യൻ. അവനും മാറിയേ മതിയാവൂ.

മാറ്റമില്ലാത്തത് ഒന്നിന് മാത്രമേയുള്ളൂ. മാറ്റത്തിന്. മാർക്സ് ഊറിച്ചിരിച്ചു. ഒരു ജേതാവിന്റെ ചിരി.

അകലെ മീൻപിടുത്തക്കാർ വലയെറിയുന്നു. അവർ എണ്ണത്തിലേറെപ്പേരുണ്ട്. വള്ളങ്ങൾ എണ്ണത്തിൽ തീരെക്കുറവ്. പലരും മുമ്പേ മീൻപിടിക്കാനിറങ്ങിയതാവാം. വല നിറയാനുള്ള നീണ്ട കാത്തിരിപ്പിലാണവർ. വല നിറഞ്ഞില്ലെങ്കിൽ വള്ളം നിറഞ്ഞില്ലെങ്കിൽ മടങ്ങിപ്പോകാനാവില്ല. കരയിൽ കാത്തിരിക്കുന്നത് വള്ളങ്ങളുടെ മുതലാളിയാണ്. അയാൾ മിച്ചമൂല്യത്തിന്റെ കണക്കുകൾ കൂട്ടിയും കിഴിച്ചുമിരിക്കുകയാവാം.

കടൽ വീണ്ടുമിരമ്പുന്നു. കടലിനു മീതെ ഏതോ വൻ മീനുകൾ തിരകളുമായി കൊമ്പുകോർക്കാൻ തയാറെടുക്കുന്നു.

മാർക്സ് ആദ്യമായി കടൽ കാണാൻ അച്ഛനോടൊപ്പം കൂടിയതോർത്തു. അച്ഛൻ തന്റെ വിരൽത്തുമ്പിലോ താൻ അച്ഛന്റെ വിരൽത്തുമ്പിലോ കോർത്തിരുന്നു. റൈൻ നദീതീരത്തുകൂടെ പുഴക്കാറ്റേറ്റ് നടക്കാൻ ഇപ്പോഴും ആശിക്കാറുണ്ട്. റൈൻ നദിയിൽ മുട്ടിയുരുമ്മുന്ന പോഷകനദിയാണ് മൊസെൽ. ഈ സുന്ദര ഉപനദിയുടെ ചുറ്റുവട്ടത്ത് ട്രയർ നഗരം ഉറങ്ങുകയും ഉണരുകയും ചെയ്തു. ചരിത്രാവശിഷ്ടങ്ങൾ പേറിയതിന്റെ ആലസ്യക്കണ്ണാടിയാണീ ദേശം. താൻ പിറന്നതെവിടെയാണ്. ആകാശം മുട്ടുന്ന പള്ളികൾ, പ്രാർഥനാധ്വനികളുയരുന്ന പ്രാചീനമഠങ്ങൾ. നൂറ്റാണ്ടുകളായി ചിതലരിക്കുകയും പായൽ പറ്റിപ്പിടിക്കുകയും ചെയ്ത കൻമതിലുകൾക്കുള്ളിൽ ഈ വിശുദ്ധ മന്ദിരങ്ങൾ നിലകൊണ്ടു.

മൊസെൽ നദിയുടെ ഓരത്തിലൂടെ നടക്കുമ്പോൾ അച്ഛനോടന്വേഷിച്ചു, “അച്ഛാ, ഈ നദി എവിടേക്കാണ് നിലയ്ക്കാതെ ഒഴുകുന്നത്?”

“മകനേ ഈ പുഴയാത്ര വടക്കൻ കടലിലേക്കാണ്.”

“കടലിൽ എത്തീട്ട്?”

“കടലിലെ ജലത്തോടൊപ്പം കൂടും.”

“പിന്നെയോ?” തനിക്കു സംശയമായി.

“കടൽജലവും പുഴജലവും ചങ്ങാതികളായി, തിരമാലകളായി കരയോടു മല്ലിടും.”

“ആരാ ജയിക്കുക? കടലോ കരയോ.”

അച്ഛൻ ചിരിച്ചു.

“മോൻ വലുതാവുമ്പോ അറിയാം. ഏതായാലും രണ്ടിലൊന്ന് തോറ്റേ മതിയാവൂ.”

താൻ നിശ്ശബ്ദനായി. സ്വയം ഉള്ളിൽ പറഞ്ഞു.

എനിക്ക് വേഗം വളരണം. വേഗം.

കടൽക്കരയിലെത്തുമ്പോൾ സൂര്യൻ മറഞ്ഞിരുന്നു. കാതുകളിൽ ഇതുവരെ കേൾക്കാത്ത കടലൊച്ച. കണ്ണുകൾക്ക് ഇതുവരെ കാണാത്ത നേർക്കാഴ്ച. ആകെ മനസിനും ശരീരത്തിനും ഒരു ഉഷാർ. ആരൊക്കെയോ കടലിലേക്ക് കുതിച്ചു ചാടുന്നു.

"ഞാനും ചാടിയാലോ?"

"വേണ്ട. മോൻ വലുതാവട്ടെ." അച്ഛൻ വിലക്കി. താൻ വീണ്ടും നിശ്ശബ്ദനായി. മനസിനോടാ മോഹം വീണ്ടും ആവർത്തിച്ചു—എനിക്ക് വേഗം വളരണം. വേഗം.

വീണ്ടും അച്ഛനോടൊപ്പം കടൽത്തീരത്തേക്ക് പോയത് ബോൺ യൂണിവേഴ്സിറ്റി വിട്ട് ബർലിൻ യൂണിവേഴ്സിറ്റിയിൽ ചേരുന്നതിന്റെ ഇടവേളയിലാണ്.

അത് മറ്റൊരു സന്ധ്യ........

അച്ഛൻ യഹൂദമതം വിട്ട് ക്രിസ്തുമതം സ്വീകരിക്കാനുണ്ടായ സാഹചര്യം ആ പോക്കുവെയിൽ നേരത്ത് വിശദീകരിച്ചു. ജൂതജീവിതം അക്കാലത്ത് ഏറെ വഴിമുടക്കുകൾക്ക് കാരണമായി. ഏറെ ധർമസങ്കടങ്ങൾക്കിടയിലായിരുന്നുവെങ്കിലും ആ ദുരിതാവസ്ഥയിൽ നിന്നൊരു മോചനമായിരുന്നു ഒന്നിൽ നിന്നും മറ്റൊന്നിലേക്കുള്ള ആ ചാഞ്ചാട്ടം. അമ്മ അപ്പോഴും മതം മാറ്റത്തിനു തയാറാകാതെ കുടുംബത്തിൽ ഒറ്റയാളായി യഹൂദാചാരഭക്തികളോടെ കഴിച്ചുകൂട്ടി. അവർ അനുഭവിച്ചുകൂട്ടിയ വിശ്വാസസങ്കടങ്ങൾ അച്ഛൻ പറയുമ്പോൾ യഹൂദമതസങ്കൽപ്പങ്ങൾ വിടണ്ടായിരുന്നുവെന്ന ചിന്ത അപ്പോഴും അദ്ദേഹത്തെ ഒരുബാധപോലെ പിൻതുടരുന്നുവെന്ന് തനിക്ക് തോന്നി.

അച്ഛൻ പതിഞ്ഞ സ്വരത്തിൽ തന്റെ ചെവിയിൽ പറഞ്ഞു.

"നിന്റെ അമ്മ ക്രിസ്തുമതം സ്വീകരിച്ചതെന്നാണെന്നറിയണോ? അവളുടെ അച്ഛനും അമ്മയും സെമിത്തേരികളിൽ ഉറങ്ങിയതിനും വളരെ ശേഷം."

താനും അച്ഛനും തീരമണൽ തട്ടിക്കുടഞ്ഞെണീറ്റു.

പിന്നീട് താൻ ഏറെ പഠിച്ചത് മനുഷ്യരും മതവും തമ്മിലുള്ള പിരിയാബന്ധത്തെക്കുറിച്ചാണ്. സഭയുടെ ശാസനകളും മേൽക്കോയ്മയും മനുഷ്യവർഗത്തിനു മേൽ വേരോടിപ്പോയിരിക്കുന്നു. മതത്തിന്റെ തായ്വേരുകൾ അവന്റെ ഹൃദയത്തിന്മേൽ തുളച്ചുകയറി ചുറ്റിവരിഞ്ഞിരിക്കുന്നു. വിശ്വാസിപ്പടകൾ ഇതരമതസ്ഥരുടെ മേൽ ആക്രോശിക്കുകയും കലിതുള്ളുകയും ചെയ്യുന്നു. താൻ മനുഷ്യമനസുകളിൽ കയറി വീണ്ടും വീണ്ടും ചികഞ്ഞു. ആഴങ്ങളിലും പരപ്പുകളിലും പരതി. ഒടുവിൽ താനാ സത്യമറിഞ്ഞു.

മതം മനുഷ്യനെ മയക്കുന്ന കറുപ്പാണ്.

ഈ കണ്ടുപിടുത്തം കേട്ടറിഞ്ഞ ഗുരുതുല്യനായ മോസസ് ഹെസ് പ്രഖ്യാപിച്ചു. "ഡോക്ടർ കാൾ മാർക്സ് മധ്യകാല മതത്തിന്റെയും രാഷ്ട്രീയത്തിന്റെയും അന്തകനാകും."

ഈ ഗുരുശ്രേഷ്ഠപ്രവചനം തന്റെ വിശ്വാസങ്ങൾക്ക് അടിവരയിടുകയും തന്റെ ചിന്താമണ്ഡലങ്ങളെ ഉയരങ്ങളിലേക്കു കുതിച്ചുകയറുവാൻ പ്രേരകമാവുകയും ചെയ്തു; പിന്നീടുള്ള കാലം.

കടലിപ്പോൾ പാതിമയക്കത്തിലാണ്.

മറ്റൊരു ദിശയിൽ കുടിയന്മാരുടെ കാഹളമുയരുന്നു. *മൂലധന*ത്തിന്റെ പുറംചട്ടയുടെ ആലോചനയിലായിരുന്നു മാർക്സ്. കുടിയന്മാരുടെ പോർവിളികൾ അലോസമുണ്ടാക്കുന്നു. ഒരാൾ മാർക്സിന്റെ സമീപം, ബിയർകുപ്പിയുമായി നിന്നു.

"പൊട്ടിക്കട്ടെ." അയാളുടെ നാവ് കുഴയുന്നു.

"നന്ദി. വേണ്ട. ഇന്നെനിക്ക് സ്വാസ്ഥ്യങ്ങളുടെ നിമിഷങ്ങളാണ്. മനസിനെ പ്രകോപിപ്പിക്കുവാൻ വയ്യ." മാർക്സ് വീണ്ടും അയാളുടെ സന്മനസിന് നന്ദി പറഞ്ഞു.

"കുടിക്കാറില്ലേ?"

"ഉണ്ട്. കുടിച്ച് പിമ്പിരിയായിട്ടുണ്ട്, മുമ്പ്. ഇന്ന് വയ്യ സുഹൃത്തേ, വയ്യ. പറഞ്ഞുവല്ലോ. ഇനിയുള്ളതെന്റെ സമാധാനത്തിന്റെ നിമിഷങ്ങളാണ്. സംതൃപ്തിയുടെ ദിവസങ്ങളാണ്. ദയവായി എന്നെ വെറുതെ വിടുക."

"ശരി ശരി." ഒരു പരിചിതന്റെ ഭാവത്തോടെ താൻ പ്രതികരിച്ചു. അയാൾ തൃപ്തിയോടെണീറ്റ് വേച്ചുവേച്ചു നടന്നകന്നത് വെറുതെ നോക്കിയിരുന്നപ്പോൾ തനിക്ക് മറ്റൊരിക്കൽ മറ്റൊരിടത്ത് മദ്യപിച്ച് അലമ്പിൽപ്പെട്ട് ഓടേണ്ടി വന്ന രംഗം ഓർമയിലേക്കോടിയെത്തി.

ഇടയ്ക്കിടെ സുഹൃത്തുക്കൾ സൗഹൃദ വിരുന്നുകൾക്ക് ക്ഷണിക്കാറുണ്ട്. മദ്യം തന്നെയാണ് മുഖ്യവിഭവം. ഒച്ചയും ബഹളവും ഇഷ്ടമില്ലെങ്കിലും ചങ്ങാതിമാരോടൊപ്പം ബിയർ നുണഞ്ഞ് കൂടാനും വാദപ്രതിവാദങ്ങളിൽപ്പെടാനും ഇഷ്ടമാണ്.

പരിചിതമായ ടോട്ടൽ ഹോം കോർട്ട് തെരുവിന്റെ കോണിലെ മദ്യശാലയിൽ ഞങ്ങൾ കൂട്ടുകാർ ആരവങ്ങളില്ലാതെ കയറി. ബാറിന്റെ തെക്കേമൂലയിലെ അരണ്ട വെളിച്ചത്തിൻ നടുവിൽ ഞങ്ങൾ വട്ടമിട്ടിരുന്നു. കുപ്പികൾ നിരന്നു. ഗ്ലാസുകൾ കുലുങ്ങി. തലയിലേക്ക് ലഹരി പതഞ്ഞു കയറിത്തുടങ്ങി. അടുത്തമേശയ്ക്കു ചുറ്റും 'ഓഡ് ഫെല്ലോസ്' എന്ന സംഘടനയുടെ അംഗങ്ങൾ സംഘം ചേർന്നിരുന്നു. അവർ നേരത്തെ എത്തിയവരാണ്. ഞങ്ങൾ വന്നു കയറുമ്പോഴേ അവർ പരിഹാസച്ചിരിയും നേരമ്പോക്കുകളുമായി ഒച്ചയെടുക്കുകയായിരുന്നു. അവർ

ഞങ്ങളുടെ സംഘവുമായൊന്ന് മുട്ടി നോക്കാനുള്ള ഭാവത്തിലാണ്. ഞങ്ങളും വിട്ടുകൊടുത്തില്ല. ലഹരി അരിച്ചുകയറിയ രാവ്. നിഴലിനും നരച്ച വെളിച്ചത്തിനുമിടയിൽ ആരും തമ്മിൽ തിരിച്ചറിഞ്ഞില്ല. വഴക്ക് മൂത്തു. വെല്ലുവിളികളായി. തെരുവിൽ നേരിടാമെന്നായി. സംഗതി വഷളാവുമെന്നു കണ്ടപ്പോൾ ഞങ്ങൾ സ്ഥലം വിടാൻ തീരുമാനിച്ചു. പുറത്തിറങ്ങിയവർ അവരവരുടെ ദിക്കുകളിലേക്ക് നടന്നു. ചില പ്രകോപിതർ ഞങ്ങൾക്കു പിന്നാലെ വന്നു. എവിടെന്നോ ഒരു വിസിലൂത്തിന്റെ മുഴക്കം കേട്ടു. തിരിഞ്ഞുനോക്കുമ്പോൾ പിന്നാലെ പൊലീസ്.

"ഓടിക്കോ, കാൾ ഓടിക്കോ." ബ്രൂണോബാവർ വിളിച്ചുകൂവി. ഓടുകതന്നെ. ഊടുവഴികൾ ഏറെ പരിചിതം തനിക്കാണ്. ഓടി. അന്തംവിട്ട ഓട്ടം. തെന്നിയും മാറിയും തിരിഞ്ഞും ഓടി. ഒപ്പം കൂട്ടുകാരുമുണ്ട്. പലരും കിതപ്പിലാണ്. പൊലീസിന്റെ വഴിമുട്ടി. അവർ എവിടെയോ നഷ്ടപ്പെട്ടു. തിരിഞ്ഞുനോക്കുമ്പോൾ പൊലീസിന്റെ പൊടിപോലും കാണാനില്ല.

അവശതയിൽ, ജാള്യതയിൽ ഒരു ചമ്മൽച്ചിരിയുമായി വാതിൽക്കലെത്തുമ്പോ ജെന്നി നിൽക്കുന്നു. "എന്തുപറ്റി, എന്റെ മൂറിന്?"

സ്നേഹം മുറ്റുമ്പോ അമ്മയും മക്കളും എംഗൽസുമൊക്കെ തന്നെ 'മൂർ' എന്ന ചെല്ലപ്പേരിട്ടാണ് വിളിക്കാറ്.

താൻ ജെന്നിയെ നോക്കി വൃത്തിയായൊന്നുചിരിച്ചു. എന്നിട്ട് തൊളെല്ല് ചലിപ്പിച്ച് കണ്ണിറുക്കി ശരീരഭാഷയിൽ ഒന്നുമില്ലെന്നു പറഞ്ഞൊപ്പിച്ചു. ശ്വാസം മുട്ടിയ അവസ്ഥയിൽ വാക്കുകൾ പുറത്തു വന്നുമില്ല. വായനമുറിയിൽ കയറി കതകടച്ചു.

ഇങ്ങനെ എത്രയെത്ര കുസൃതികൾ! മാർക്സിന്റെ ചുണ്ടിൽ അറിയാതെ ഒരു പുഞ്ചിരി അരിച്ചുവന്നു. ചിരിവിടർന്ന ചുണ്ടുകൾക്കിടയിൽ ചുരുട്ട് കടിച്ചുപിടിച്ചു. കവിളുകൾ കോടിച്ച് വീണ്ടും കടലിലേക്ക് കണ്ണുനട്ടു.

ചുരുട്ടിന്റെ പുക മൂടൽമഞ്ഞ് പോലെ തളം കെട്ടിനിന്നു. തൊട്ടടുത്താരുമില്ലാത്തത് ഭാഗ്യം. ഈ പുകയുടെ രൂക്ഷഗന്ധം ചിലർക്കറപ്പാണ്. തന്റെ എഴുത്തുമുറിയിൽ കടന്നുവരുന്ന പുത്തൻ സന്ദർശകർ വീർപ്പുമുട്ടുന്നത് കണ്ടിട്ടുണ്ട്. സദാ ചുറ്റിക്കറങ്ങുന്ന പുകയില ഗന്ധം. വാരിവലിച്ചിട്ട കുറിപ്പുകൾ. ചിതറിക്കിടക്കുന്ന തുറന്നതും അടഞ്ഞതുമായ പുസ്തകങ്ങൾ. ചുരുട്ടിയെറിയപ്പെട്ട കടലാസ് തുണ്ടുകൾ. ആകെപ്പാടെ ഒരു ചേല് തന്നെ. പല്ലിക്കും പാറ്റയ്ക്കും തന്നെ തീരെ ഭയമില്ലാതായിരിക്കുന്നു. അവർ തന്റെ കോട്ടിലും ട്രൗസറിലും കാണുന്ന വിള്ളലുകളിൽ യഥേഷ്ടം വിശ്രമിക്കുന്നു. വിസർജിക്കുന്നു. കൊതുകുകൾക്ക് കുടിപാർക്കാൻ മുറിയിൽ ഒളിവ് സങ്കേതങ്ങളുണ്ട്. എട്ടുകാലികൾ വലകൾ

നെയ്തുകൂട്ടുന്നതും പിന്നെ അവ പൊട്ടുന്നതും വീണ്ടും തുന്നിച്ചേർക്കുന്നതും നോക്കിയിരിപ്പ് ഇടവേളകളിലെ തന്റെ വിനോദമാണ്.

ഇടയ്ക്കിടെ ജെന്നി ഓർമിപ്പിച്ചു. "വല്ല ദീനവും പിടികൂടും മൂർ, ഞാനാമുറിയൊന്നു വൃത്തിയാക്കട്ടെ."

"വേണ്ട ജീവികളുടെ കാഷ്ഠങ്ങൾ വേണമെങ്കിൽ പുറത്തേക്ക് കളഞ്ഞേക്ക്. മറ്റൊന്നും അനക്കുന്നതും മിനുക്കുന്നതും അടുക്കുന്നതും എനിക്കിഷ്ടമല്ല. എല്ലാം ഇതേപടി കിടന്നാൽ എവിടെ, ഏതൊക്കെ തെരയണമെന്ന് എനിക്ക് കാണാപ്പാഠമാണ്."

"ശരി, ശരി" എന്നുരുവിട്ടുകൊണ്ട് ജെന്നി മടങ്ങിപ്പോകും.

പൊടിപിടിച്ച മാസികക്കൂട്ടങ്ങൾ. എലികടിച്ച കയ്യെഴുത്തുപ്രതികൾ. മഷിപടർന്ന മേശവിരിപ്പ്. തുരുമ്പ് പിടിച്ച ജനാലക്കൊളുത്തുകൾ. പുകക്കറപിടിച്ച മച്ചും ചുമരുകളും. മഷി കുടഞ്ഞ തറയോടുകൾ. എല്ലാം അങ്ങനെ കിടക്കും. ഇടയ്ക്ക് മക്കളും ചോദിക്കും.

"മൂർ മുറിയൊന്നു വൃത്തിയാക്കട്ടെ."

താനവരെ തറച്ചൊന്നു നോക്കും. അവർ ചിരിച്ചുകൊണ്ട് ഓടിമറയും.

വാടകവീട് ഇടയ്ക്കിടെ മാറേണ്ടിവന്നു. വാടക നൽകുന്നതിൽ കൃത്യത പാലിക്കാത്തതിനാൽ കെട്ടിടമുടമയുടെ കണക്കുപുസ്തകത്തിൽ തന്നെ സ്വയമ്പില്ലാത്ത വാടകക്കാരൻ എന്ന് രേഖപ്പെടുത്തും. വാടകക്കുടിശ്ശിക തീർക്കുംവരേക്കും അയാൾ വീട്ടിൽ കയറിയിറങ്ങും. താനൊന്ന് മാറിത്തന്നാൽ മതിയെന്നാവും അവസാനത്തെ അടവ്. അങ്ങനെ കുടിയിറക്കപ്പെട്ട് മറ്റൊരിടം കണ്ടെത്തിയാലും തന്റെ എഴുത്തുമുറിയുടെ മട്ടും ഭാവവും മാറ്റമില്ലാതെ പതിവുശൈലിയിൽ വലിച്ചുവാരിയിട്ട നിലയിൽ മാറാലക്കൂട്ടങ്ങൾക്ക് നടുവിൽത്തന്നെ നിലകൊണ്ടു.

തന്റെ എഴുത്തുമുറികൾ എല്ലാംതന്നെ കാതും കണ്ണും കൂർപ്പിച്ചിരുന്നതുപോലെ മാർക്സിനു തോന്നി. തന്റെ നിശ്വാസങ്ങൾ, നെടുവീർപ്പുകൾ, ഞെരിപിരികൾ, ഹൃദയത്തുടിപ്പുകൾ, നേർത്ത ചിരി, ക്ഷോഭം ഒക്കെ കാണുവാനും കേൾക്കുവാനും ഇന്ദ്രിയ സിദ്ധികളുള്ള മുറികളായിരുന്നു അവ.

നിരന്തരമായ വായന, നിരന്തരമായ എഴുത്ത്, വെട്ട്, തിരുത്ത്, ചുരുട്ടിയേറ്, പകർത്തിയെഴുത്ത്. ചില നേരത്ത് ഒരു വാക്കിനു പോലും യാചിച്ച്, കാത്തിരുന്ന് എഴുതാൻ കഴിയാതെ തളർന്ന മനസുമായി ആ മുക്കാലൻ ചാരുകസേരയിൽ ഒരുവശം ചാഞ്ഞു കിടന്നൊരുറക്കമുണ്ട്. കുറ്റീച്ചകൾ കണ്ണിൽമുട്ടി, കാതിൽ മൂളി ഉറക്കം മുടക്കാറുണ്ട്. എഴുത്തിന്റെ ഒഴുക്ക് പാതിവച്ച് മുറിയുമ്പോൾ സങ്കടവും നിരാശയും പെരുകി പെരുവിരൽ തരിച്ചുകേറാറുണ്ട്. മിക്കവാറും സിദ്ധാന്തങ്ങൾക്ക് ജീവൻ കൊടുക്കുമ്പോഴായിരിക്കും ഈ അവസ്ഥ പിടികൂടുന്നത്. എങ്കിൽപ്പിന്നെ അത

വിടെ നിൽക്കട്ടെ. വിടാം. എംഗൽസുമായി ഒരു വട്ടംകൂടി ചർച്ചയായി ട്ടാകാം ബാക്കി എഴുത്ത്. അയാൾകൂടി കൂടിയാൽ ചിന്തകളെ കീറിമുറിച്ച് കഷണങ്ങളാക്കി വേണ്ടാത്തത് എടുത്തുമാറ്റി വേണ്ടതു മാത്രം തുന്നിക്കെട്ടി പുതിയൊരു ഭാവം മെനഞ്ഞെടുക്കാം. അങ്ങനെ സമാധാനിക്കുമ്പഴേ വിഷമം കെട്ടടങ്ങൂ. പിന്നെ എംഗൽസിനെ കണ്ടുമുട്ടുംവരേയ്ക്കും ഹൃദയം തിളച്ചുകൊണ്ടേയിരിക്കും.

മൂലധനം തന്റെ ജീവിതത്തിന്റെ താളവും ലയവും ഭാവവുമായിക്കഴിഞ്ഞു. തന്റെ രക്തം, മാംസം, വിയർപ്പ് ഒക്കെ അതിൽ കുടികൊള്ളുന്നു. ഒപ്പം ലോകത്ത് കഷ്ടത അനുഭവിക്കുന്നവരുടെ മുഴുവൻ ഹൃദയമിടിപ്പുകൾ, സങ്കടങ്ങൾ, ഇല്ലായ്മകൾ, ഗതികേടുകൾ, ആശ്വാസങ്ങൾ കിനാവുകൾ ഒക്കെ നിറച്ചപേടകം കൂടിയാണ് മൂലധനം. ഈ വിശുദ്ധ പുസ്തകം പൂർത്തിയാക്കി പ്രസിൽ കൈമാറും വരെ തന്റെ മനസും കണ്ണും വിരലുകളും വിശ്രമിക്കുവാൻ പാടില്ല. അതൊരു ശപഥംപോലെ താൻ ഏറ്റുവാങ്ങിപ്പോയി. ഇതാ ഇന്ന് ഇപ്പോൾ സമാധാനമായി. മനസ്സ് തണുത്തു. ഈ യാത്ര അവസാനിച്ചാൽ കപ്പലിൽ നിന്നിറങ്ങി പ്രസാധകൻ മൈസ്സനറുടെ മുന്നിലേക്ക് ഒറ്റയോട്ടമാണീ നോട്ടുപുസ്തകക്കെട്ടുകളുമായി. പിന്നെ അച്ച് നിരത്തണം. പ്രൂഫ് നോക്കണം. അതുകൂടിക്കഴിഞ്ഞാൽ ആകാശത്തെ നോക്കി അത്യുച്ചത്തിൽ വിളിച്ചുകൂവണം. അത്യുന്നതങ്ങളിൽ വസിക്കുന്നവരേ, ഇതാ കാൾ മാർക്സ് മൂലധനം പൂർത്തിയാക്കിയിരിക്കുന്നു. ഭൂമിയെ വണങ്ങിപ്പറയണം, ലോകതൊഴിലാളി വർഗത്തിന്റെ മുമ്പാകെ താനവരുടെ ഈ വേദപുസ്തകം സമർപ്പിക്കുന്നു. ഈ സൂര്യനെ സാക്ഷിനിറുത്തി, ഈ പ്രകൃതിയെ സാക്ഷിനിറുത്തി ഈ മഹനീയ കർമം നിർവഹിക്കുമ്പോൾ നിങ്ങളെ ഓർമിപ്പിക്കട്ടെ നിങ്ങൾക്ക് നഷ്ടപ്പെടുവാൻ കാൽച്ചങ്ങലകളും കൈവിലങ്ങുകളും മാത്രം; നേടുവാനുള്ളതോ വലിയൊരു ലോകം.

മർദിതരേ, ചൂഷിതരേ, അടിമകളേ നിങ്ങൾ സംഘടിക്കുവിൻ. മതിലുകൾ മറന്ന്, അതിരുകൾ കടന്ന് നിങ്ങൾ സംഘടിക്കുക. ശക്തരാവുക. നിങ്ങളിലൊരുവന്റെ നാവിൻതുമ്പിലൂറുന്ന ശബ്ദം കൂടെയുള്ളവർ ഏറ്റുപാടണം ഒരുസംഗീതംപോലെ എങ്കിലേ എനിക്ക് സമാധാനമാവൂ; എന്റെ പ്രിയ ചങ്ങാതി എംഗൽസിനു സമാധാനമാവൂ.

മാർക്സ് സ്വയം നിയന്ത്രിച്ചുകൊണ്ട് വീണ്ടും മറ്റൊരു ചുരുട്ട് വലം കൈവിരലുകൾക്കിടയിൽ പിടിപ്പിച്ചു. പിന്നെ ചുണ്ടോടടുപ്പിച്ച് തീപ്പെട്ടിക്കായി കീശയിൽത്തപ്പി. ശ്ശ്.. തന്റെ ഇടംകൈക്കുള്ളിൽ ഇതാ കിലുങ്ങുന്ന തീപ്പെട്ടി. ജാള്യതയോടെ തീപ്പെട്ടി ഉരച്ച് തീനാളം ചുരുട്ടിന്റെ അറ്റത്തേക്കടുപ്പിച്ചു. ആഞ്ഞ് വലിക്കിടയിൽ പുകച്ചുരുളുകൾ തൊണ്ടനാളം കടന്നിറങ്ങി. താടിരോമങ്ങൾ ഉപേക്ഷിച്ചു വച്ച മുഖത്തെ മാംസപേശികൾ

ചെറുപുഞ്ചിരിയാൽ തുടുത്ത് വികാസം പ്രാപിക്കുകയായിരുന്നു. അപ്പോൾ അകലെ, കടലിന്റെ നീലവിളയാട്ടം നടക്കുകയാണ്.

ചില നേരത്ത് കടൽ ഉന്മാദിയെപ്പോലെയാണ്. കടലോർമകൾ കവിതകൾ കുറിക്കാൻ തന്നെ പ്രേരിപ്പിച്ചൊരു കാലമുണ്ടായിരുന്നു. താനെഴുതിയ കടൽക്കവിതകൾ പാതിമറന്നുവെങ്കിലും വെറുതെ ഒന്നോർത്തു നോക്കി.

'നീലക്കടലേ നീ അടുത്തുവന്നാൽ
നിനക്കായിക്കരുതിയ നൂറ് മുത്താംതരാം.
പകരം നീലനിറം ചാലിച്ച
മേൽവസ്ത്രം നീ നെയ്ത് തരണം
നിനക്കുവേണ്ടി ഞാൻപാടുമ്പോൾ
തിരമാലകളും കാറ്റും മതിമറന്നാടും.

കടലിനെയും കാറ്റിനെയും നക്ഷത്രങ്ങളെയും കിളികളെയും നോക്കി എത്രയെത്ര വരികൾ താൻ രചിച്ചു. കിളികളെക്കുറിച്ചുള്ള ബൈബിൾ വചനങ്ങൾ മനുഷ്യരാശിയുടെ അപാര നിഗൂഢതയിലേക്കു വെളിച്ചംവീശിയത് താനറിയുന്നത് കവിത തന്റെ തലയ്ക്കു പിടിച്ചനേരത്തായിരുന്നു.

പ്രകൃതി, ജീവജാലങ്ങൾക്ക് ചില നിയോഗങ്ങൾ കൽപ്പിച്ചിരിക്കുന്നു. ആകാശത്തിലെ പറവകൾക്ക് വിതയ്ക്കണ്ട. കള പറിച്ച് വെടിപ്പാക്കണ്ട. കൊയ്യണ്ട. അളന്ന് കൂട്ടണ്ട. മനുഷ്യജന്മത്തിനും ഇതുപോലെ ചില നിയോഗങ്ങളുണ്ട്. മനുഷ്യജന്മം ഉൽകൃഷ്ടമാണ്. ലോകപുരോഗതി അവനിൽ നിക്ഷിപ്തമാണ്. ലോകനന്മ അവന്റെ ജീവരക്തമാണ്. തനിക്ക് ഈ ആശയങ്ങൾക്ക് അടിവരയിട്ടേ മതിയാവൂ. ഈ തത്വചിന്തകന്മാർ ലോകത്തെ വ്യാഖ്യാനിക്കുന്നേയുള്ളു. ഒരുതരം രോഗനിർണയം. ചികിത്സ അവർ മറ്റാർക്കോ വിടുന്നപോലെ. അതുപോരാ. ലോകത്തെ മാറ്റിമറിക്കുക എന്നതാണ് മുഖ്യം. എംഗൽസിനോട് ഈ നിലപാട് പങ്കുവെക്കുമ്പോൾ ആ ചങ്ങാതി തല കുലുക്കി സമ്മതിച്ചു.

"ശരിയാണ് മൂർ ശരിയാണ്. എത്ര സാഹോദര്യമാണ് നമ്മൾ ഉപാസിക്കുന്ന ചിന്തകൾ തമ്മിൽ; ശരിയല്ലേ?"

"നൂറ് സതമാനം ശരി, ഫ്രെഡ്. നൂറ് ശതമാനം."

തമ്മിൽ മതിമറന്ന് ഹസ്തദാനം ചെയ്ത ആ നിമിഷം ഇന്നും മനസിൽ പച്ചയാണ്.

കവിത ഹൃദയത്തിൽ താളംപിടിച്ച കാലത്താണ് ജെന്നിയും തന്റെ മനസിലേക്കൊരിളം കാറ്റുപോലെ അരിച്ചുകയറിയത്. അന്ന് ജെന്നിക്കെഴുതിയ പ്രേമഗീതങ്ങളിൽ അവളുടെ അനുപമ സൗന്ദര്യം താനും പ്രകൃതിയും ഒരേപോലെ ഏറ്റെടുക്കുന്നതായി വ്യംഗ്യപ്പെടുത്തിയിരുന്നു.

ഓരോ വർണവും ജെന്നിയുടെ പേരേറ്റുപാടുന്നുവെന്നും അവളുടെ ഓരോ സ്വരവും മധുരമാണെന്നും തന്റെ നിശ്വാസങ്ങളൊക്കെയും ജെന്നിയുടെ മേൽ പതിക്കുന്നുവെന്നും അവളുടെ വിടർന്ന നയനങ്ങളെത്ര സമ്പന്നമെന്നും അവളെ ഒന്നു കണ്ടതിൽപ്പിന്നെ തനിക്കുമീതേ ഉയരങ്ങളിൽ അവൾ വിരാജിക്കുന്നുവെന്നും പാടിയ താൻ ദർശനങ്ങളെയും കവിതകളിലൂടെ കീറിമുറിച്ചിട്ടുള്ള ചരിത്രം പലരും വിസ്മരിക്കുന്നു.

ഇമാനുവേൽ കാന്തും ഫിഷ്ടേയും ചിന്തകളുടെ കൊടുങ്കാറ്റുകൾ ആകാശത്തേക്ക് പറത്തുമ്പോൾ താൻ ഭൂമിയിലെ തെരുവിലെ രക്തവും മാംസവും സത്യവും സങ്കടങ്ങളും തേടുന്നു. തന്നെ പരിഹസിക്കുന്നവർക്ക് കുട്ടിക്കവിയെന്നാക്ഷേപിക്കുന്നവർക്കതൊന്നും കാണാൻ കണ്ണില്ലാതെ പോയി. അതിനു താനെന്തു ചെയ്യനാണ്? അവരെ അവരുടെ പാട്ടിനു വിടുക. അല്ലാതെ പിന്നെ...? മാർക്സ് സ്വയം ശാസിച്ചു. വേണ്ട അതാണ് ശരി. കുരയ്ക്കുന്നവരെ അവരുടെ പാട്ടിനു വിടുക. അതാണ് ശരി.

മഞ്ഞ് പൊഴിയുന്ന ഒരവധിക്കാലത്ത് അച്ഛനോടൊപ്പം റൈൻ നദിയുടെകരയിലൂടെ താനും നടന്നു. അച്ഛന്റെ നിഴലായി. തന്റെ നിലപാടുകൾ വെളിവാക്കി നടന്നു. നദി ശാന്തമായൊഴുകിക്കൊണ്ടിരുന്നു.

"എന്റെ കവിതാ സമാഹാരം അച്ചടിക്കണമെന്നുണ്ട്." താൻ സങ്കോചത്തോടെ വിഷയം അവതരിപ്പിച്ചു. അച്ഛൻ ചിരിച്ചുകൊണ്ട് തോളിൽ കൈവച്ചു നടന്നു.

"എന്റെ മോൻ ഒരു കൊച്ചുകവിയായി ചുരുങ്ങാനാണോ ഭാവം. ഞാനൊരുപദേശകനായ പിതാവല്ല. ആദ്യം മനസിരുത്തി പഠിക്കണം; തപസിരിക്കുംപോലെ. നിയമം, ചരിത്രം, തത്വസംഹിതകൾ; നിനക്ക് ചേരുന്നതിതൊക്കെയാണ്. നിന്റെ വഴി കവിതയുടെതല്ല." തമ്മിൽ ആ യാത്രയിൽ പിന്നൊന്നും ഉരിയാടിയില്ല. മാർക്സ് ഓർത്തു.

ആരെയും സമ്മർദത്തിൽക്കുടുക്കുന്ന ആളായിരുന്നില്ല തന്റെ അച്ഛൻ ഹെൻറിച്ച് മാർക്സ്. അദ്ദേഹം യഹൂദമതം ഉപേക്ഷിച്ച് ക്രിസ്തുമതം വരിച്ചപ്പോൾ തനിക്ക് ആറ് വയസ്സ്. അമ്മയെ സാക്ഷി നിറുത്തിയായിരുന്നു തങ്ങളുടെ ജ്ഞാനസ്നാന ചടങ്ങുകൾ നടന്നത്. അമ്മ ക്രിസ്തുമതം സ്വീകരിച്ചില്ല. അച്ഛൻ അമ്മയെ നിർബന്ധിച്ചുമില്ല. അവരുടെ വിശ്വാസം അവരെ രക്ഷിക്കട്ടെ. ഇതായിരുന്നു അച്ഛന്റെ നിലപാട്. മൺമറഞ്ഞ തലമുറകളുടെ പാരമ്പര്യം ജീവിച്ചിരിക്കുന്നവരുടെ മനസിന്മേൽ ഒരു മലപോലെ അമർന്നിരിക്കുന്നു. ഈ കണ്ടെത്തൽ അമ്മയ്ക്കും ബാധകമായിരുന്നു. യഹൂദരക്തം അത്രയെളുപ്പം ധമനികളിൽ തണുത്തുറയുന്ന കാലമായിരുന്നില്ല അന്ന്. ഞങ്ങളുടെ ശിരസുകളെ ജലധാര കുളിർപ്പിക്കുമ്പോൾ അമ്മ ശിരസ്സ് കുനിച്ച് കരയുകയായിരുന്നു.

താൻ പലപ്പോഴും വിസ്മയപ്പെട്ടു. പൊക്കിൾക്കൊടി ബന്ധത്തിന്റെ ചരടുമായി നിൽക്കുന്ന തന്റെ അമ്മയെ ഓർമയിൽ ചൂടുന്നതിനെത്രയോ മടങ്ങ് തന്റെ ഹൃദയത്തിൽ അച്ഛന്റെ തുടിപ്പുകൾ തങ്ങിനിൽക്കുന്നു. വലയം വയ്ക്കുന്നു. ചിലപ്പോൾ തടാകത്തിലെ ജലം പെരുവഴിയിൽ പെരുകുന്നതുപോലെ അച്ഛൻ തന്റെ മനസിൽ നിറഞ്ഞു. ചിലപ്പോൾ നിറഞ്ഞു തുളുമ്പി. ചിലപ്പോൾ നിറഞ്ഞു കവിഞ്ഞു. കനിവായി. കണ്ണീരായി. നിശ്വാസമായി ആശ്വാസമായി കനത്തു.

റൂസ്സോയും വോൾട്ടയറും കാണാപ്പാഠമാക്കിയ അച്ഛൻ സ്വയം വളർന്നു. എല്ലാ അർഥത്തിലും ഒരു സെൽഫ് മെയ്ഡ്മാൻ.' വായിച്ചത് തനിയെ, പഠിച്ചത് തനിയെ, വളർന്നത് തനിയെ. പെറ്റിട്ട അമ്മയും ജന്മം നൽകിയ അച്ഛനും ഹെൻറിച്ച് വളരുമ്പോൾ, വളർന്ന് വലുതാകുമ്പോൾ ഉപജീവനം തേടുന്ന വക്കീലാവുമ്പോൾ വെറും കാഴ്ചക്കാരായി നോക്കി നിന്നു. അച്ഛൻ തന്നെ ഓർമിപ്പിക്കുമായിരുന്നു "എന്നും സെൽഫ് മെയ്ഡ് ആയിരുന്നു നിന്റെ അച്ഛൻ."

ഒരിക്കൽ ഈ മകന്റെ ധൂർത്ത് മനസിൽ സൂക്ഷിച്ചുകൊണ്ട് അദ്ദേഹം തനിക്കെഴുതി.

"മകനെ ഞാൻ എന്നോടു തന്നെ ചോദിക്കുന്നു. നിന്റെ ബുദ്ധിവൈഭവങ്ങൾക്ക് സമാനമാണോ നിന്റെ ഹൃദയമെന്ന്. നിന്റെ ഹൃദയത്തിൽ ലോലവികാരങ്ങൾക്ക് സ്ഥാനമുണ്ടോയെന്ന്. നിന്റെ ഹൃദയവികാരങ്ങളിളക്കിവിടുന്ന ശക്തിയിൽ ദൈവത്തിന്റെ ആത്മാംശമുണ്ടോ? ഞാനത്ഭുതപ്പെടുന്നു നീ എപ്പോഴെങ്കിലും സാധാരണ സംതൃപ്തിയും കുടുംബസന്തോഷവും അറിയാനിടയാകുമോയെന്ന്. നിന്റെ ചുറ്റുമുള്ളവർക്ക് സന്തുഷ്ടി നൽകുമോയെന്ന്."

മാർക്സ് തന്നോടു തന്നെ ചോദിച്ചു. അച്ഛന്റെ ആശങ്കകൾ പൂർണമായും മാറ്റാനായോ തന്റെ ആയുസ്സിന്റെയീ മധ്യാഹ്നവേളയിൽ? തന്റെ വിശ്വാസം മൊത്തമായി ചുമന്നുകൊണ്ടാണീയാത്ര. ഈ കാളിനെ ഹൃദയത്തിൽ കൂടുകൂട്ടിവളർത്തിയ അച്ഛാ, അനുഗ്രഹിക്കുക. കഴിഞ്ഞ മുപ്പത് വർഷമായി താൻപേറിയ ചിന്തകളും ചികഞ്ഞെടുത്ത സത്യങ്ങളും താനന്വേഷിച്ചുകണ്ടെത്തിയ വഴികളും ഈ *മൂലധന*ത്തിൽ തെളിഞ്ഞുകിടപ്പുണ്ട്. ഈ രചനയുടെ ഘടന ഒരു ജലാശയംപോലെയാണ്. വെള്ളാരങ്കല്ലുകളും മുത്തുകളും മുങ്ങിയാൽ വാരിക്കൂട്ടാവുന്ന തെളിഞ്ഞ ജലാശയം. അച്ഛനൊരിക്കൽ പറഞ്ഞിട്ടുള്ളതുപോലെ വരുംതലമുറ ബുദ്ധിമാന്മാരുടെതാകാം. അവരീ ജലാശയത്തിൽ മുങ്ങി അവർക്ക് വേണ്ടതൊക്കെ ചികഞ്ഞെടുത്തുകൊള്ളും. അതാണെന്റെ പ്രതീക്ഷ. അതാണെന്റെ ആശ്വാസം. അച്ഛനീവാക്കുകളെ വിശ്വസിക്കുക.

മാർക്സ് കീശയിൽ വിരലുകളിറക്കിത്തപ്പി, ചുരുട്ട് കെട്ട് തീർന്നിരിക്കുന്നു. പെട്ടിയിൽ കരുതിയിട്ടുണ്ടല്ലോ, വേണ്ടുവോളം. കുനിഞ്ഞ് പെട്ടി

തുറന്നു. കടലാസു കെട്ടുകൾക്കിടയിൽ, നോട്ടുബുക്കുകൾക്കിടയിൽ അതാ നീണ്ട് നിവർന്ന് വിശ്രമിക്കുന്നു തന്റെ പ്രിയപ്പെട്ട ചുരുട്ടിൻകെട്ടുകൾ. അതിൽ നിന്നൊരെണ്ണം പൊട്ടിച്ചു ചുണ്ടിൽ തിരുകി. ബാക്കി കീശയിലിറക്കി.

അകലെ മാനം പിന്നെയും തെളിഞ്ഞു. നരമാറിയ ആകാശത്തെ മാർക്സ് നോക്കുമ്പോൾ അവിടെ കാണുന്ന കൊച്ചുകൊച്ചു പൊട്ടുകൾ അച്ഛൻ തനിക്കെഴുതിയ വാക്കുകളാണോയെന്നു ശങ്കിച്ചു.

“മകനെ നിനക്ക് രചനയിലേർപ്പെടണമെന്നു തോന്നുന്നെങ്കിൽ ആകാശത്തിനു താഴെ നിനക്ക് സാധ്യമായ എന്തിനെക്കുറിച്ചം എഴുതിക്കൂട്ടുക. ഭൂമിയിലെ പറുദീസകളെക്കുറിച്ച്, നരകങ്ങളെക്കുറിച്ച്,. ഒക്കെ എഴുതുക. അപ്രസക്തങ്ങളായ ഉദ്യമങ്ങളൊക്കെ ഒഴിവാക്കിയാലോ? ഒപ്പം നൈരാശ്യവും. കവിത, നിന്റെ ജീവിതത്തെ അലങ്കരിക്കുകയും സന്തുഷ്ടമാക്കുകയും ചെയ്യുന്നില്ലെങ്കിൽ വേണ്ടെന്നുവയ്ക്കുക.”

കവിത, തന്നിലെ കാമുകസങ്കൽപ്പങ്ങളിലെ തിരിവിളക്കുപോലെ, നിലാവ് പോലെ നൈമിഷികമായി പ്രഭ ചൊരിഞ്ഞിട്ട് പൊലിഞ്ഞു പോകുമെന്ന് തനിക്കറിയാമായിരുന്നു. അച്ഛനിത്ര ആശങ്കപ്പെടുന്നതെന്തിന് എന്ന ചോദ്യത്തിനെനിക്കുത്തരവുമുണ്ട്. അദ്ദേഹത്തിനത്രക്കിഷ്ടമായിരുന്നു ഈ മകനെ. ഈ മകൻ വളരണം, വലുതാകണം. പ്രപഞ്ചസത്യങ്ങളറിയണം. അറിയുന്നത് ഉച്ചത്തിൽ വിളിച്ചുപറയണം. അത് ലോകമറിയണം, പ്രിയപ്പെട്ട അച്ഛാ അങ്ങയുടെ മനസറിഞ്ഞവനാണീ മകൻ. അങ്ങയുടെ മനസിനെ നമിക്കുന്നവനാണീ മകൻ.

കടലിലെ കലി അടങ്ങി.

സന്ധ്യ, മയക്കത്തിൽ വീഴാൻപോകുന്നു. മാർക്സ് എരിഞ്ഞടങ്ങുന്ന ചുരുട്ടിനെ നോക്കിയിരുന്നു.

അച്ഛൻ കിടപ്പിലായപ്പോൾ ഈ മകൻ നിസ്സഹായനായി. ഒരു താങ്ങായി. തണലായി ഒപ്പമുണ്ടായില്ല. മാപ്പ്.

പണിയില്ലാതെ പണമില്ലാതെ ഏതോ അപരാധം ചെയ്ത കുറ്റവാളിയെപ്പോലെ അച്ഛന്റെ കിടക്കയ്ക്കരുകിൽ പതുങ്ങി നിൽക്കുന്ന തന്നെ കട്ടിലിനരികിൽ വിറയാർന്ന കൈകൾ നീട്ടി പിടിച്ചിരുത്തി മുഖത്തു നിന്നും കണ്ണെടുക്കാതെ മയക്കം വരുവോളം നോക്കിക്കിടന്നു. ഇടയ്ക്കിടെ തന്റെ കൈവെള്ള തലോടി.

“മകനെ നിന്റെ കൈക്കുള്ളിൽ ധനമില്ല. ഞാനറിയുന്നു. ഈ അച്ഛനറിയാം നിന്റെ ഹൃദയം ധനംകൊണ്ട് നിറഞ്ഞിരിക്കുന്നു. അതുതന്നെയാണ് നിന്റെ മൂലധനം.”

അച്ചന്റെ കൺപോളകൾ മെല്ലെ മെല്ലെ അടഞ്ഞുതുടങ്ങി.

പുറത്ത് രോഗിയെ കാണാനുള്ള സന്ദർശകരുടെ കാൽപ്പെരുമാറ്റം കേൾക്കാം. മകൻ വാതിൽ തുറന്ന് പുറത്തേക്കിറങ്ങി നിന്നു.

ഒരു മുതിർന്ന പുരോഹിതൻ തലകുനിച്ച് വാതിൽപ്പടി കടന്ന് രോഗിയുടെ കട്ടിലിനടുത്തേക്കു നടന്നു. പിന്നാലെ മറ്റു സന്ദർശകരും.

ഏറ്റവും പിന്നിലായി മൃത്യുവിന്റെ നീട്ടിയ അദൃശ്യകരങ്ങൾ മകൻ കണ്ടു.

മാർക്സ് കണ്ണടച്ചിരുന്നു.

പുറത്ത് കടലിരുണ്ടു കിടന്നു.

തന്റെ പ്രണയകാലത്ത് അച്ഛൻ ഓർമിപ്പിച്ചു "ജെന്നിയെ ആശങ്കപ്പെടുത്തരുത്" മാർക്സ് ഓർത്തു — തലേരാത്രി ജെന്നി നടുവേദന കൊണ്ട് പുളയുകയായിരുന്നു. കമിഴ്ന്നു കിടന്ന് ഞെരിപിരികൊള്ളുമ്പോൾ ഹെലൻ നടുവിലാകെ ഉഴിയുന്നുണ്ടായിരുന്നു. താൻ ചെന്നരികിൽ നിന്ന് ആശങ്കപ്പെട്ടു. "എങ്ങനുണ്ട്?" "സാരമില്ല ഉറക്കമിളച്ചിട്ടാ." അവൾ ആശ്വസിപ്പിച്ചു.

ഉറക്കമൊഴിഞ്ഞതുകൊണ്ട് മാത്രമാണോ? എത്രനാളായിത്തുടങ്ങിയ നടുവൊടിക്കുന്ന പകർത്തെഴുത്ത്? പകർത്തിക്കഴിഞ്ഞാൽ താൻ വീണ്ടും വായിക്കും. വെട്ടുംതിരുത്തും. ചില വാക്കുകളോ വരികളോ വെട്ടിക്കിഴിക്കും. ചിലപ്പോൾ കൂട്ടിച്ചേർക്കും. ചില മൗനങ്ങൾ പൂരിപ്പിക്കും. വീണ്ടും ജോലി ജെന്നിക്കു തന്നെ. തിരുത്തലുകൾ തുന്നിച്ചേർത്ത് വീണ്ടും പകർത്തെഴുത്ത്. കടന്നുപോയ നീണ്ടവർഷങ്ങൾക്കിടയിൽ എഴുത്തു തന്നെ ഇടക്കിടെ നിറുത്തി മാറ്റിവെക്കപ്പെട്ടതാണ്. ചുറ്റും കുമിഞ്ഞു കൂടുന്ന സംഘർഷങ്ങൾ ചിലപ്പോൾ നിമിത്തങ്ങളാകാം. അല്ലെങ്കിൽ പ്രവാസം; അതുമല്ലെങ്കിൽ മടുപ്പ്. ഇല്ലായ്മകളും ദുരിതങ്ങളും പണം തേടി അലയലും എഴുത്തുമുടക്കാൻ എത്രയോ വട്ടം സമ്മർദത്തിന്റെ കാണാക്കയങ്ങളിലേക്ക് തള്ളിവീഴ്ത്തി. ഇടയ്ക്കിടെ ജെന്നിയുടെ കുടുംബ ഓഹരി വിറ്റുകിട്ടിയ പണം തന്റെ കടങ്ങളുടെ കായലിൽ കായം കലക്കിയപോലെയായി.

പുറപ്പെടുന്നതിനു മുമ്പ് ഹെലനോടും ചിലത് പറഞ്ഞേൽപ്പിച്ചു. എല്ലാ യാത്രയിലും ഇത് പതിവാണ്.

"ജെന്നിക്ക് ഇളം ചൂടിൽ ആവി പിടിക്കണം."

"തീർച്ചയായും." ഹെലൻ ഉറപ്പുതന്നു.

"ഞാൻ മടങ്ങിയെത്തുവോളം പൂർണവിശ്രമം കൽപ്പിച്ചിട്ടുണ്ടെന്ന് അവളെ ഇടയ്ക്കിടെ ഓർമിപ്പിക്കണം."

"തീർച്ചയായും" ഹെലൻ തലകുലുക്കി.

ചുരുട്ടുകെട്ടുകൾ അടുക്കിവയ്ക്കുന്നതിനിടയിൽ താൻ ചോദിച്ചു.

"എന്തെങ്കിലും ഏർപ്പാടാക്കാൻ ഞാൻ വിട്ടുപോയോ ഹെലൻ?"

"എനിക്ക് വിശ്രമം കൽപ്പിച്ചില്ല." ഹെലൻ ചിരിച്ചു.

"അത്തരം കൽപ്പനകൾ ഇയാൾ അനുസരിക്കാറില്ലല്ലോ." താൻ മന്ദഹസിക്കാൻ ശ്രമിച്ച് പരാജയപ്പെട്ടു.

"എന്നാണ് മടങ്ങിവരിക?" ഹെലൻ ചോദ്യം ഗൗരവത്തിലാക്കി.

"പ്രൂഫ് നോക്കാൻ ഒരു മാസക്കാലം. പിന്നെ ഡോ. ലൂദ്‌വിഗ് കുൾമെനെ സന്ദർശിക്കണം. സുഹൃത്തുമാണല്ലോ. ഇപ്പോൾ പൂക്കാലമല്ലേ. ഒരു സുഖവാസം. പറ്റിയാൽ ചെറിയ സഞ്ചാരങ്ങൾ. പിന്നെ മാഞ്ചസ്റ്റർ വരെ പോണം. എംഗൽസിനെ കാണണം. മൂലധനത്തിന്റെ ചില അനുബന്ധ ജോലികളുണ്ട്— ഞങ്ങൾ ഒരുമിച്ചിരുന്നു ചെയ്താലേ വെടിപ്പാവൂ." ഒരുവിധത്തിൽ തന്റെ യാത്രാപരിപാടികൾ പറഞ്ഞൊപ്പിച്ചു.

"ആവൂ" ഹെലൻ ഇരുകൈകളും മലർത്തി.

"പിന്നെ ഓടിയെത്തും. ഇവിടേക്ക്, ഈ കുരുവിക്കൂട്ടിലേക്ക്." താനവസാനിപ്പിച്ചപ്പോൾ ഹെലൻ കൈവീശിക്കൊണ്ട് മുറിവിട്ടു.

കോണിപ്പടികളിൽ കാലടിയൊച്ച അകന്നു.

കടലിൽ ഇരുട്ട് കനത്തു.

നിദ്ര കണ്ണിനെയും മനസിനെയും വലയം വെക്കുന്നു. അറിയാതെ കീശയിലേക്ക് വിരലുകൾ ഇട്ടു. ചുരുട്ടുകെട്ടിൽ കൈതടഞ്ഞു.

വേണ്ട ഇനി വേണ്ട ഇന്നിനി വേണ്ട.

മാർക്സ് കീശയിൽ നിന്നും വെറുംകൈ പിൻവലിച്ചു. നീണ്ടുനിവർന്നൊന്നു കിടക്കണം.

താഴെ നിലയിൽ കിടപ്പുമുറി കാത്തിരിപ്പുണ്ട്.

നിദ്ര.

ശാന്തം.

ഭദ്രം.

2

വിലാപയാത്ര

ഹൈഗേറ്റ് സെമിത്തേരി.
1881 ഡിസംബർ 2

എംഗൽസിന്റെ വാക്കുകൾ കടമെടുത്താൽ മൂറും മരിച്ച ദിനമാണിന്ന്.

ജെന്നി യാത്രയായാൽ പിന്നെ കാളിന്റെ ജീവനിൽ ബാക്കിയുണ്ടോ? വന്നുകൂടിയവരൊക്കെ പരസ്പരം ചോദിച്ചു. ഈ ചോദ്യം പല ചുണ്ടുകളിലൂടെ ആവർത്തിക്കപ്പെട്ടു.

സെമിത്തേരിയിലെ തന്റെ പ്രിയപ്പെട്ടവളുടെ ശവസംസ്കാര ചടങ്ങുകൾക്ക് സാക്ഷ്യം വഹിക്കുവാൻ ഡോക്ടർമാർ അനുവദിച്ചില്ല. ഡോക്ടറല്ല ഏത് കൊലകൊമ്പന്റെയും വിലക്ക് ലംഘിക്കുന്ന ശീലമാണ് തന്റേത്. അതിന് ഒരിഞ്ച് മുന്നോട്ടായാനുള്ളശക്തി വേണ്ടേ? ബലം ചോർന്നു. മനസ്സ് മരവിച്ചു. കണ്ണ് കലങ്ങി. കൈകാലുകൾ വിറച്ചു. ഒറ്റയ്ക്ക് ഒരിഞ്ച് നീങ്ങാൻ വയ്യ. മാർക്സ് സെമിത്തേരിയിലേക്കിഴയുന്ന പ്രിയപത്നിയുടെ വിലാപയാത്രയെ നോക്കി ചില്ലുജാലകത്തിനരുകിൽ നിന്ന് വിതുമ്പി. ഇടയ്ക്കിടെ ഓർമയുടെ കയങ്ങളിൽ മുങ്ങിയും പൊങ്ങിയും അങ്ങനെ നിന്നു.

പോയ ശരത്കാലത്തിലെ ഒരു പുലരി. ഉവ്വ് ശരത്കാലം തന്നെ. കടുത്ത ന്യുമോണിയയുടെ കടന്നാക്രമണത്തിൽ നിന്നും കഷ്ടിച്ച് രക്ഷപ്പെട്ട താൻ മെല്ലെ നടന്ന് ജെന്നിയുടെ മുറിക്കുള്ളിലേക്ക് കടന്ന് കതകടച്ചു. ആ കാഴ്ച കണ്ട അരുമമകൾ എല്യനോർ എംഗൽസിനോടടക്കം പറഞ്ഞത് അവൾ തന്നെ പിന്നീടൊരിക്കൽ കുടുംബസദസിൽ പൊട്ടി

ച്ചു. തുടക്കത്തിൽ കേൾവിക്കാർ ചിരിച്ചു തിമിർത്തു. ഒടുക്കം ഏങ്ങലുകളുയർന്നു. അതിന് തുടക്കം കുറിച്ചത് ഹെലനാണ്. പിന്നാലെ കുട്ടികളും മിഴിനീർ മറയ്ക്കാൻ വിഷമിച്ചു. മരണം അത്ര അകലെയല്ല. തൊട്ടുരുമ്മി അടുത്തുതന്നെ ഉണ്ട് എന്ന ഓർമപ്പെടുത്തൽ തന്നെയും മൗനിയാക്കിയ നിമിഷങ്ങൾ. ജെന്നി അകലേക്കെവിടെയോ കണ്ണും നട്ട് മരണത്തെ വരവേൽക്കാൻ കാത്തിരുന്ന നിമിഷങ്ങൾ.

എംഗൽസിനോട് മോളുടെ വെളിവാക്കലെങ്ങനെയായിരുന്നു?

"അച്ഛന് അമ്മയുടെ മുറിയിലേക്കു നടന്നുചെല്ലാൻ വേണ്ട ശക്തിയുണ്ടായ ആ പ്രഭാതം ഞാനൊരിക്കലും മറക്കില്ല. എന്നന്നേക്കുമായി വിട ചോദിക്കുന്ന, രോഗം കാരണം താറുമാറായ ഒരു വൃദ്ധനും അനുനിമിഷം മരിച്ചുകൊണ്ടിരിക്കുന്ന ഒരു വൃദ്ധയും എന്ന നിലവിട്ട് അവരിരുവരും വീണ്ടും ചെറുപ്പമായി. ജീവിതത്തിലേക്കു കാലെടുത്തുവയ്ക്കുന്ന സ്നേഹമയിയായ ഒരു പെൺകുട്ടിയായി അമ്മ. അച്ഛൻ സ്നേഹിക്കുന്ന ഒരു യുവാവായും മാറി."

എല്യനോർ നിറഞ്ഞ ഉന്മേഷത്തോടെയാണീ രഹസ്യം എംഗൽസിനു കൈമാറിയത്. എംഗൽസ് അവളുടെ മുന്നിൽ ഒരു കുസൃതി ചോദ്യമിട്ടു.

"മോൾ ആലോചിച്ചോ ആ മുറിയിൽവച്ച് മൂറും ജെന്നിയും എന്തൊക്കെ കൈമാറിയെന്ന്?"

"ഇല്ല. എന്റെ ഊഹങ്ങൾക്ക് അപ്പുറമാകാം അതൊക്കെയും."

"എന്നാലെനിക്കൂഹിക്കാനായി, പറയട്ടെ."

"പറയൂ... പറയൂ. ഞാൻ കേൾക്കട്ടെ." അവൾ കൂടുതൽ ഉൽസാഹത്തിലായി.

"മൂർ ജെന്നിയുടെ കട്ടിലിന്റെ ഓരത്തിരുന്നുകാണും. ജെന്നി മൂറിന്റെ കൈകൾ ഗ്രഹിച്ച് ചുണ്ടോടടുപ്പിച്ചുകാണും. എന്നിട്ടവൾ പതിഞ്ഞ സ്വരത്തിൽ പറഞ്ഞിട്ടുണ്ടാവാം."

"എന്റെ മൂർ എനിക്കൊറ്റയ്ക്കു പോവാൻവയ്യ."

"വേണ്ട. എന്റെ ജെന്നി ഒറ്റയ്ക്കുപോണ്ട. ഞാനും കൂടെവരാം."

"ഹായ് വരൂ. മൂർ വരൂ. ഞാനെത്ര ധന്യ. അല്ലേ മൂർ."

"തീർച്ചയായും."

"മൂർ ഈ കരങ്ങൾക്കെന്താ ഇപ്പഴുമീ കരുത്ത്?"

"എന്റെ ജെന്നീ, നിന്റെ വിരലുകൾക്കെന്തേ ഇന്നും ഇത്ര ചന്തം?"

അവൾ ചിരിച്ചു. അയാളും.

"അപ്പോ, നമ്മുടെ യാത്ര ഒരുമിച്ച്, അല്ലേ മൂർ."

"രണ്ടു കുതിരകളെ കെട്ടിയ രഥത്തിൽ നാമിരുവരും യാത്രയാകും."

"നമുക്കൊരുക്കങ്ങൾ വേണ്ടേ? ഞാൻ രാജകുമാരി, മൂർ രാജകുമാരൻ. നമ്മുടെ രഥം കരിമേഘങ്ങൾ മുറിച്ച്, ആകാശം കീറി നക്ഷത്രക്കു

ട്ടങ്ങളുടെ ഇടയിലൂടെ അങ്ങനെ, അങ്ങനെ പറക്കും. വായുവേഗത്തിലെ ആ തേരോട്ടം എന്തുരസമായിരിക്കും. അല്ലേ മൂർ?"

"ഉവ്വ്. ജെന്നീ, ഉവ്വ്."

"എന്നത്തേക്കാ മൂർ നമ്മുടെ യാത്ര നിശ്ചയിച്ചേ?"

"ഞാൻ ഡോക്ടറോട് ആവശ്യപ്പെട്ടിട്ടുണ്ട്. നമുക്ക് രണ്ടാൾക്കും കുറേക്കൂടി സമയം നീട്ടിത്തരണമെന്ന്."

മൂർ ചിരിച്ചു.

ജെന്നി ചിരിച്ചു.

പളുങ്കുമണി കിലുങ്ങുംപോലെ ജെന്നിയുടെ ചിരി കാറ്റിലൊഴുകുന്നുവെന്ന് എല്യനോർക്കു തോന്നി. ഒപ്പം, ചില്ലുജാലകങ്ങൾകടന്ന് കാളിന്റെ ചിരി പ്രഭാതരശ്മികളിലേക്ക് അരിച്ചു കയറുന്നതായും അവളറിഞ്ഞു.

എംഗൽസ് നിശ്ശബ്ദനായി.

ഒരു വൃദ്ധൻ മാർക്സിനെ മുക്കാലൻ കസേരയിലേക്കാനയിച്ചു. ഇഴഞ്ഞ കാൽവയ്പ്പിലൂടെ കസേരയിലമർന്നിരുന്നു. വിലാപയാത്ര ഒച്ചിന്റെ വേഗതയിൽ നീങ്ങി. മാർക്സ് കസേരയിലേക്ക് ചാഞ്ഞു. തന്റെയും ജെന്നിയുടെയും രക്തത്തിൽ പിറന്ന മൂന്ന് കുഞ്ഞുങ്ങളെ മരണത്തിനു വിട്ടുകൊടുത്ത രംഗങ്ങൾ ഓടിവന്നു. അന്ന് തന്നെ ആശ്വസിപ്പിക്കാൻ ജെന്നിയും ജെന്നിയെ ശിരസ്സിൽ തലോടി സമാധാനിപ്പിക്കാൻ താനുമുണ്ടായിരുന്നു. ഇന്ന് താൻ തനിയെ.

അതൊരു ശീതകാലം. ദാരിദ്ര്യം തന്റെ കുടുംബത്തെ കൊത്തി നുറുക്കിയകാലം. ഉടുവസ്ത്രങ്ങളും കമ്പിളിപ്പുതപ്പുകളും പോലും പണയപ്പണ്ടങ്ങളായി അന്യവീട്ടിലെ അലമാരകളിലേക്കു കൈമാറപ്പെട്ട ദുരിതകാലം. എഴുതാൻ കടലാസില്ല. മഷിയില്ല. വീട്ടുടമസ്ഥൻ വാടകക്കുടിശ്ശികയ്ക്കായി മുറ്റത്തുനിന്ന് ശകാരിച്ചുപോകുന്നു. ഡോക്ടർക്കുപണം കൊടുക്കാനാകുന്നില്ല. മരുന്ന്കടക്കാരൻ മരുന്നു നൽകാൻ വിസമ്മതിക്കുന്നു. റൊട്ടിക്കാരൻ കുട്ടികളെ വെറും കൈയോടെ മടക്കുന്നു. ഒഴിഞ്ഞവയറുമായി കുനിഞ്ഞ ശിരസുമായവർ മടങ്ങുന്നു.

ഗ്യൂദോയാണ് തങ്ങളുടെ ആദ്യത്തെ ആൺതരി. ജെന്നി അവനെ നിലത്തുവയ്ക്കാതെ ഓമനിച്ചു. ചേച്ചിമാർ കൊഞ്ചിച്ചു കൊഞ്ചിച്ചു അവനെ താരാട്ടുപാടി ഉറക്കി. താൻ അവന്റെ മുന്നിൽ കുമ്പിട്ട് കുതിരയായി. പല്ലില്ലാ മോണക്കാട്ടി അവൻ ചിരിച്ചു. അവന് ന്യുമോണിയ പിടികൂടിയത് പെട്ടെന്നായിരുന്നു. ആ തക്കം നോക്കി കഴുകനെപ്പോലെ മറഞ്ഞിരുന്ന മരണം അവനെ തട്ടിപ്പറിക്കുകയായിരുന്നു. ആദ്യം, വിശ്വസിക്കാനാകാത്ത ഒരു ദുസ്വപ്നം പോലെ ആ നടുക്കം സിരകളിലിരച്ചുകയറി. ഡോക്ടർ, എല്ലാം കഴിഞ്ഞുവെന്നു ഉറപ്പാക്കിയപ്പോൾ തങ്ങളുടെ

ബോധം ദിശകളിൽനിന്ന് ദിശകളിലേക്ക് ഒളിച്ചോട്ടം നടത്തുകയായിരുന്നു.

ജെന്നി മൂന്നു നാൾ ഒരേ കിടപ്പിൽ കിടന്നു. കുടിനീരിറക്കാതെ അവൾ കിടന്ന് നിലവിളിച്ചു. താനവളെ ഉണർത്തി തല കൈകളിൽത്താങ്ങി മന്ത്രിച്ചു. "സഹിക്കുക, മരണത്തിനു പോംവഴി എന്താണ്? സഹിക്കുക. നോക്കൂ. ഞാനും തളർന്നു. നമുക്കിത് സഹിച്ചേ മതിയാവൂ."

ജെന്നി തന്റെ നെഞ്ചിലേക്കു ചാഞ്ഞു. "മൂർ ഒരമ്മയ്ക്ക് പുത്രദുഃഖം താങ്ങാവുന്നതിലധികമാണ്. ഇനിയും ഏറ്റുവാങ്ങാൻ ഇതിലും അധികം വിപത്തുകൾ നമുക്കായി കാത്തിരിക്കുന്നുണ്ടോ?"

"ഇല്ല. ജെന്നി ഇല്ല. ഇനി ഒന്നുമുണ്ടാവില്ല."

മാർക്സ് ഓർത്തു. ജെന്നി തന്റെ വാക്കുകളെ വിശ്വസിച്ചു. ഒരുവിധം സാധാരണ ജീവിതത്തിലേക്കു മടങ്ങി. കുട്ടികളെ തീറ്റിച്ചു. കുളിപ്പിച്ചു. വസ്ത്രങ്ങളണിയിച്ചു. പകർത്തെഴുത്താരംഭിച്ചു. എല്ലാം പതിവുപോലെ.

ഗ്യൂദോയെ ഒന്നാം വയസിൽ തട്ടിയെടുത്ത മരണം മാർക്സിന്റെ പടിവാതിൽക്കൽ വീണ്ടും പതിയിരിക്കുകയായിരുന്നു. പെരുങ്കള്ളനെപ്പോലെ, മരണം രംഗബോധമില്ലാത്ത കോമാളിയെപ്പോലെ കടന്നുവരുമെന്നു പറഞ്ഞു കേട്ടത് എത്ര ശരി. ഈ കാത്തിരിപ്പിന്റെ ലക്ഷ്യം ഒരു വയസ്സ് പൂർത്തിയാക്കിയ മകൾ ഫ്രാൻസ്കയെയായിരുന്നു. മൂന്ന് നാൾ വേദന കൊണ്ട് പിടഞ്ഞ ആ പൊന്നുമോളും എന്നെന്നേക്കുമായി നഷ്ടപ്പെട്ടു.

ജെന്നി തളർന്ന് കൂപ്പുകുത്തി. അവൾ കിടക്കയിൽ കിടന്ന് പുലമ്പി. എന്റെ മോളുടെ മരവിച്ച പൊന്നുമേനി കിടത്താനൊരു തൊട്ടിൽ പോലുമില്ലായിരുന്നു. പുറകിലത്തെ മുറിയിൽ വെറും തറയിൽക്കിടന്ന അവളുടെ പൂമേനി കാണാൻ ശക്തിയില്ലാത്ത ഞങ്ങൾ മുന്നിലെ മുറിയിൽ മൂകരായി വെളുക്കുവോളം ഉറക്കമിളച്ചിരുന്ന് കണ്ണീർ വാർത്തു. ഇടയ്ക്ക് വിളക്ക് കെട്ടു. ഞങ്ങൾ ഇരുട്ടിലായി. അടുത്തവീട്ടിലെ ഒരു ഫ്രഞ്ചഭയാർഥി കനിവോടെ തന്ന രണ്ടു പവൻകൊണ്ടാണ് മോൾക്ക് ശവമഞ്ചമൊരുക്കിയത്. അങ്ങനെ ജനിച്ച നാൾ മുതൽ താരാട്ടു കേൾക്കാതെ, തൊട്ടിൽ സ്പർശമേൽക്കാൻ ഭാഗ്യമില്ലാതെ പോയ എന്റെ പൊന്നുകുഞ്ഞുമോളും യാത്രയായി– ജെന്നിയുടെ ആവർത്തിച്ചാവർത്തിച്ചുള്ള പുലമ്പൽ ഇന്നും തന്റെ കാതുംവട്ടത്ത് മുഴങ്ങുന്നു.

മാർക്സ് കസേരയിൽ നിന്നും എണീക്കാൻ വിഷമിക്കുന്നത് കണ്ട അകന്ന ബന്ധത്തിലെ ഒരു യുവതി സഹായിക്കാനായി ഇരുകൈകളും നീട്ടി. മാർക്സ് അവളുടെ കൈപിടിച്ച് വീണ്ടും ചില്ലുജാലകത്തിനടുത്തേക്കു നീങ്ങി.

മൃതദേഹം വഹിച്ചുകൊണ്ടുള്ള വിലാപയാത്ര ഇഴഞ്ഞുതന്നെ നീങ്ങി.

മൂന്നു വർഷങ്ങൾക്കു മുമ്പുള്ള മറ്റൊരു വിലാപയാത്ര നടുക്കത്തോടെ മാർക്സിന്റെ കൺമുന്നിൽ തെളിഞ്ഞു. തങ്ങളുടെ പ്രിയപ്പെട്ട കൊച്ചുമകൻ എഡ്ഗാർ തന്റെ ഈ കൈകൾക്കുള്ളിൽ കിടന്നു പിടഞ്ഞു മരിച്ചു. തങ്ങളുടെ ജീവന്റെ തുടിപ്പുള്ള എക ആൺതരിയായ അവനെ 'മൂഷ്' എന്ന ഓമനപ്പേരിൽ വിളിച്ചു. അവൻ ഞങ്ങളുടെ നടുവിന്മേൽ കയറിയിരുന്ന് കുതിരയോട്ടം പരിശീലിച്ചു. താൻ കുതിരയാകാൻ തറയോടൊട്ടി ഇഴയും. ഈ കാഴ്ച കണ്ട് മറ്റ് മക്കൾ കൈകൊട്ടിച്ചിരിച്ചു. കടക്കാർ തന്നെ അന്വേഷിച്ചു വന്നാൽ അവർ പറയും "മൂർ യാത്രയിലാണ് — മൂർ ലണ്ടനിലാണ് — മൂർ ജനറലിനെ കാണാൻ പോയി." അവന്റെ ജനറൽ എംഗൽസാണ്. ഈ കൊച്ചുനുണകൾ പറയുമ്പോൾ താൻ വായനാമുറിയിൽ പതുങ്ങി ഇരിക്കുകയായിരിക്കും. ഒരു ഭീരുവിനെപ്പോലെ.

ഇടവിട്ട പനിയും ചമയും മൂഷിനെ കടന്നാക്രമിക്കുകയായിരുന്നു. അവന്റെ ഇടനെഞ്ചിൽ താനും ജെന്നിയും പെൺമക്കളും മാറിമാറിത്തഴുകി. നെറ്റിയിൽ മഞ്ഞുപാളികൾ നിരത്തി തണുപ്പിച്ചു. ക്ഷയരോഗാണുക്കൾ അവനെ കാർന്നു തിന്നുമ്പോൾ രാവുകളിലും പകലുകളിലും ഉറക്കം വെടിഞ്ഞ് തങ്ങൾ കാവലിരുന്നു. മരണത്തെ ആട്ടി ഓടിക്കാനുള്ള ജാഗ്രതയോടെ. ഒടുവിൽ ഞങ്ങളിലെ ജീവന്റെ കാവൽക്കാർ തോറ്റു. മൂഷിന്റെ ജീവനും മൃത്യുവിനു കീഴടങ്ങി.

പേനരിക്കാതെ ഉറുമ്പരിക്കാതെ കാത്തു സൂക്ഷിച്ച മൂഷിന്റെ ജീവനും കൈവിട്ടപ്പോൾ രണ്ടാം പുത്രദുഃഖത്താൽ ജെന്നിയുടെ നിലവിളികൾ വാടകവീടിന്റെ ചുമരുകൾ കടന്ന് കാറ്റും വെയിലും മഞ്ഞും തേടി അലഞ്ഞു.

ജെന്നിമോളും ലോറക്കുട്ടിയും തങ്ങളുടെ മുതുകിലെ കുഞ്ഞുകുതിരസവാരിക്കാരന്റെ വിയോഗമോർത്ത് ഞെട്ടിയുണർന്നു. അവരുടെ പേക്കിനാവുകളിൽ മൂഷ് ഉറങ്ങുന്നതും ഉണരുന്നതും ഓടിമറയുന്നതും കാലന്റെ നിഴലും നിറഞ്ഞു.

മൃത്യുവിന്റെ നിരന്തരവും അപാരവുമായ ഇടപെടലുകളിൽപ്പെട്ട മാർക്സിന്റെ കുടുംബം ദുഃഖങ്ങളുടെ കയങ്ങളിൽ നിന്നും കരകയറാനാകാതെ ദുരിതങ്ങളുടെ പടുകുഴികളിലേക്ക് ചുഴറ്റിയെറിയപ്പെട്ടുകൊണ്ടേയിരുന്നു. ദാരിദ്ര്യം, നിന്ദ, കുന്നുകളായി കുമിഞ്ഞുകൂടുന്ന കടം; ആകെപ്പാടെ മൂകമായ ആ വീട്ടിൽ ചില ചങ്ങാതിമാരും തൊഴിലാളി സഖാക്കളും വന്നുപോകുകയോ അന്തിയുറങ്ങുകയോ ചെയ്തു. കുടുംബാംഗങ്ങൾ നേരെ ചൊവ്വേ ഒന്ന് ശ്വാസം വിടുന്നതും ചിലയ്ക്കുന്നതും ഈ നേരങ്ങളിലാണ്. ഈ ദുരന്തങ്ങൾക്കിടയിലും മറ്റൊരു കൂട്ടർ — രഹസ്യപ്പൊലീസുകാർ — ആ വീടിനു ചുറ്റും പ്രത്യക്ഷപ്പെട്ടു.

മകൻ മരിച്ച അന്നുതന്നെ തന്റെ മുറിയിൽ ഏതോ അസ്വസ്ഥതയിൽ ചുരുട്ടിയെറിഞ്ഞ വെള്ളക്കടലാസ് നിവർത്തി പ്രിയ സുഹൃത്ത് എംഗൽസി നെഴുതി.

"പാവം നമ്മുടെ മൂഷ് പോയി. അവൻ എന്റെ കൈത്തണ്ടയിൽ കിടന്നാണ് മരിച്ചത്. ആ പാവം കുഞ്ഞിനെ ഓർത്ത് ഞാനും ജെന്നിയും എത്രമാത്രം ദുഃഖിക്കുന്നുവെന്ന് താങ്കൾക്ക് മനസിലാകുമല്ലോ? കത്ത് തുടരുവാൻ നിർവാഹമില്ലാതെ വഴിമുട്ടി. കണ്ണീരാൽ കണ്ണുകളിൽ മൂടു പടം മറച്ചു. ആ കത്ത് മിഴിനീരാൽ കുതിർന്ന് അക്ഷരങ്ങൾ മാഞ്ഞുപോ യി. എന്നാലും വള്ളിപുള്ളി തെറ്റാതെ വായിക്കാനായിയെന്ന് എംഗൽസ് പിന്നീടൊരിക്കൽ പറഞ്ഞു. തന്റെ മനസ്സ് വായിക്കാൻകൂടി സിദ്ധിയുള്ള ആളാണ് എംഗൽസെന്ന് താനുംപറഞ്ഞു.

കുടുംബത്തിൽ സമാധാനം വളരെ അകലെയാണ്. ആ അറിവിൽ ആശ്വാസത്തിനായി വീണ്ടും എംഗൽസിനെഴുതി.

"പ്രിയ ചങ്ങാതി കൊച്ചുമകന്റെ മരണത്തോടെ വീട് അനാഥവും മൂകവുമായിരിക്കയാണ്. അവനായിരുന്നു ഇവിടത്തെ ഉത്സാഹത്തിന്റെ ഇളംകതിര്. അവനെ ഓർത്ത് എത്ര വ്യസനിക്കുന്നുവെന്ന് പറഞ്ഞറിയി ക്കാൻവയ്യ. ഒരുപാട് നിർഭാഗ്യങ്ങൾ എനിക്ക് സഹിക്കേണ്ടി വന്നിട്ടുണ്ട്. എന്നാൽ യഥാർഥ ദുരന്തം എന്നാലെന്തെന്ന് എനിക്കിപ്പഴേ മനസിലാ യുള്ളൂ."

വിലാപയാത്ര ഇഴഞ്ഞു കൊണ്ടേയിരുന്നു.

ഒരു പുത്രവിയോഗം, ഒരു പുത്രിവിയോഗം. വീണ്ടുമൊരു പുത്രവി യോഗം. ഇതാ ഇന്ന് തന്റെ എല്ലാമായ പ്രിയപ്പെട്ടവളുടെ ശവമഞ്ചവി ലാപയാത്ര സെമിത്തേരിയിലവസാനിക്കുന്നു.

മാർക്സ് വിതുമ്പി, മുറിയാത്ത മിഴിനീർ കീഴ്പ്പോളകൾ നിറഞ്ഞു കവിഞ്ഞ് ചുളിവാർന്ന മുഖപേശികൾ പിന്നിട്ട് നരനിറഞ്ഞ താടിരോമ ങ്ങൾക്കിടയിലൂടെ ഒഴുകിയത് ഇടനെഞ്ചേറ്റു വാങ്ങി.

മാർക്സ് നോട്ടം തെരുവിൽ നിന്നും പിൻവലിച്ചു.

പിന്നിൽ നിന്ന യുവാവിനെ തലയാട്ടി വിളിച്ചു. അയാൾ അടുത്തേക്ക് ചെന്നു. യുവാവിന്റെ തോളത്ത് കൈവച്ച് മെല്ലെ പറഞ്ഞു. "എനിക്കൊന്നു കിടക്കണം." കട്ടിലിനരികിൽ ചെന്ന് മാർക്സ് സഹായിയുടെ കൈമാറ്റി തന്റെ കിടക്കയിലേക്ക് ചാഞ്ഞു.

ഒരിക്കൽ ജെന്നി അകലെയായിരുന്നപ്പോൾ അവൾക്കെഴുതിയ വരി കൾക്കായി മാർക്സ് മനസിൽ ചികഞ്ഞു. എന്തായിരുന്നു അത്? ജെന്നി യെവിടെയായിരുന്നു അന്ന്? ഇതാ ഓർമയിൽ തെളിയുന്നു. ഇരുപത്തി യഞ്ച് വർഷങ്ങൾക്ക് മുമ്പുള്ള ഒരു വസന്തകാലം. അവളുടെ അമ്മയെ പരിചരിക്കാനായി കുടുംബത്തിലേക്കു പോയൊരു വസന്തകാലം തന്നെ.

"ലോകത്തിൽ എത്രയോ സ്ത്രീകളുണ്ട്. അവരിൽ പലരും സുന്ദരികളുമാണ്. എന്നാൽ എന്റെ അന്തമറ്റ വേദനകൾ, എന്റെ തിരിച്ചുവരാത്ത നഷ്ടങ്ങൾ എല്ലാം നിന്റെ മനോഹരമായ മുഖത്ത് ഞാൻ കാണുന്നു. നിന്നെ ചുംബിക്കുമ്പോൾ ഞാനെന്റെ വേദനകളെല്ലാം ആ ചുംബനം കൊണ്ടലിയിച്ചുകളയുന്നു. നിന്റെ കരങ്ങളിലമർന്ന്, നിന്റെ ചുംബനങ്ങൾ കൊണ്ട് വീണ്ടുമുണർന്ന്, അതെ നിന്റെ ആലിംഗന ചുംബനങ്ങളിൽ മുഴുകുമ്പോൾ പ്രിയമുള്ളവളേ, ഞാൻ ബ്രാഹ്മണർക്കും പൈതഗോറസിന്റെ അനുയായികൾക്കും അവരുടെ പുനർജന്മവിശ്വാസവും ക്രിസ്തുമതത്തിന് അതിന്റെ ഉയർത്തെഴുന്നേൽപ്പ് വിശ്വാസവും സസന്തോഷം വിട്ടുകൊടുക്കുന്നു."

വിലാപയാത്ര സെമിത്തേരിക്കരുകിലെത്താറായി.

തന്റെ വീട്ടിലേക്ക് മൃത്യുവാഹകൻ ആദ്യമായി കടന്നു ചെന്ന് തങ്ങളുടെ പൊന്നോമന മോന്റെ ജീവൻ അപഹരിച്ച് രണ്ടാഴ്ച കഴിഞ്ഞപ്പോൾ ജെന്നിയുടെ സങ്കടങ്ങൾ റൈൻ നദിപോലെ വീണ്ടുമൊഴുകി തന്റെ ഹൃദയസമുദ്രത്തിൽ പതിച്ചു. താനതേറ്റു വാങ്ങി. അവളതു പറഞ്ഞു തീർക്കുമ്പോൾ ഞങ്ങളുടെ ഹൃദയങ്ങൾ പൊട്ടിപ്പൊളിയുമോയെന്ന് താൻ ഭയന്നു. എന്തൊക്കെയാണവൾ പറഞ്ഞത്. ഒരു പെറ്റമ്മയ്ക്കുമിങ്ങനെ ഒരനുഭവം പറയാനിനി ബാക്കിയുണ്ടോ തീപടരുന്ന കാനനംപോലെ താനത് ഏറ്റുവാങ്ങി വിറപൂണ്ടു.

ജെന്നി ഏങ്ങി. പിറന്നതിൽ പിന്നെ ഗ്യൂദോ ഒരു രാവിൽപ്പോലും മുഴുവൻനേരവും കണ്ണുപൂട്ടിയില്ല. വേദനകൊണ്ടും രാവുറക്കമില്ലായ്മ കൊണ്ടും അവനിൽ ജീവരക്തം വറ്റി. അവൻ മരണത്തിനും ജീവിതത്തിനുമിടയിൽ ചാഞ്ചാടുന്നുവെന്നവൾക്കു തോന്നി. ആ അന്ധാളിപ്പിൽ അവൻ അമ്മയുടെ മുലയെ ശക്തിയോടെ വലിച്ചുകുടിച്ചു. അവളുടെ മുല വീണ്ടും വീണ്ടും പൊട്ടി. അവൻ കുടിച്ചിറക്കിയത് ചോരയാണെന്ന് പിന്നീടവളറിഞ്ഞു. അവന്റെ ചുണ്ടുകൾ ചുമന്ന് നനഞ്ഞിരുന്നു. അവന്റെ ചുണ്ടുകളിൽക്കിടയിൽ ചോര പൊതിഞ്ഞിരുന്നു. ഒടുവിൽ ജെന്നി ഉച്ചത്തിൽ കരഞ്ഞു.

"എന്റെ മൂർ, ഞാനവനെ ചോരയൂട്ടിയിട്ടും അവൻ, നമ്മുടെ മോൻ നമുക്ക് കൈവിട്ടുപോയല്ലോ."

താൻ ജെന്നിയെ ചേർത്തുപിടിച്ച് തോളിൽ തലോടി ആശ്വസിപ്പിക്കുവാൻ ശ്രമം നടത്തി. "കരയരുത്... കരയരുത്." മക്കളും ഹെലനും ഈ കാഴ്ചകണ്ടു. അവർ ഓടിയെത്തി. തങ്ങളെ രണ്ടുപേരേയും വലിഞ്ഞുമുറുക്കി പുണർന്നു. മക്കൾ തന്റെ കണ്ണുനീർ തുടച്ചുകൊണ്ട് യാചിച്ചു.

"കരയല്ലേ മൂർ കരയല്ലേ."

മാർക്സ് കിടക്കയിലേക്ക് കമിഴ്ന്നമർന്നു തേങ്ങി.

വിലാപയാത്ര സെമിത്തേരിയിലെത്തിക്കഴിഞ്ഞു.

മാർക്സ് കിടക്കയിൽ കിടന്നുകൊണ്ട് ഒരുവശത്തേക്ക് ചരിഞ്ഞു വെറുതെ കണ്ണടച്ചു.

തന്റെ പ്രിയപ്പെട്ട ജെന്നിയെ ആദ്യമായി കണ്ട ആ സന്ധ്യ നല്ലപച്ചപ്പുള്ള ഓർമയാണ്. ആൾത്തിരക്കില്ലാത്ത തെരുവ് — തെരുവോരത്ത് പൂക്കൾ വിരിഞ്ഞ തണൽമരങ്ങൾ — കുസൃതിക്കാറ്റ് പൂക്കളെ അടർത്തി പറത്താൻ നോക്കുന്നു. പറന്നു പോകുന്നതോടെ പൂവിതളുകൾ മാത്രം. എന്തോ ആലോചിച്ചു നടക്കുകയായിരുന്നു താൻ. എതിരെ വന്ന കുതിരവണ്ടിക്ക് രാജകീയ അലങ്കാരം — കുതിര കൊഴുത്തുവെളുത്ത ഒരെണ്ണം. കുളമ്പടികളും മണികിലുക്കവും ഒത്തിണങ്ങിയ ആരവങ്ങളോടെ കുതിരവണ്ടി മിന്നിമറഞ്ഞു.

പിറ്റേന്നും താൻ നടക്കുകയായിരുന്നു.

അതേ നേരം.

അതേ വഴി.

അന്നുംകണ്ടു. അതേ വണ്ടി. അതേ കുതിര.

വണ്ടിയിൽ ദേവകന്യകയെപ്പോലൊരുവൾ. കുതിരവണ്ടി വേഗതയിൽ ഓടിമറഞ്ഞു. അടുത്ത ദിവസവും അതുവഴി നടന്നു. സമയമായില്ല. നടത്ത മെല്ലെയാക്കി. അതേ വണ്ടി. മറ്റൊരു കുതിര. മറ്റൊരുവണ്ടിക്കാരൻ. അകത്തെ കന്യക തന്നെ നോക്കി വെറുതെ പുഞ്ചിരിച്ചു.

സ്വപ്നസുന്ദരി അവൾ തന്നെ.

താനറിയാതെ കൈവീശി.

വീണ്ടുമൊരു ദിവസം തണൽ വൃക്ഷച്ചുവട്ടിൽ വിശ്രമിക്കുന്നപോലെ, ആരെയോ പ്രതീക്ഷിക്കുന്നപോലെ താൻ നിന്നു. കുതിരവണ്ടിയുടെ വേഗത കുറഞ്ഞിരിക്കുന്നു. ഗ്രീക്ക് ദേവതയുടെ രൂപഭംഗിയുള്ള അതേ കന്യക ഒളികണ്ണിട്ടു നോക്കുന്നു. മയിൽപ്പീലിക്കണ്ണുകളുള്ളവൾ. താൻ ചിരിക്കാൻ ശ്രമിച്ചു.

അവൾ ചിരിച്ചു.

തന്റെ കൈവീശിത്തുടങ്ങുമ്പോൾ കുതിരവണ്ടി കണ്ണിൽ നിന്നും മാഞ്ഞുകഴിഞ്ഞു. കുതിരക്കുളമ്പടി കേൾക്കാം. ആ ഒച്ച തന്റെ ഹൃദയത്തിൽ തുടികൊട്ടിക്കൊണ്ടിരുന്നു.

അതൊരു ഞായറാഴ്ച. അവളും അച്ഛനും അമ്മയും രണ്ടു കുതിരകളെ കെട്ടിയ രാജകീയമായ മറ്റൊരു വണ്ടിയിൽ പള്ളിമുറ്റത്തിറങ്ങി. കുന്നിൻപുറത്താണ് പള്ളി. കന്യകയും സംഘവും പള്ളിക്കുള്ളിലേക്ക് കടന്നു. താൻ താഴ്വാരത്ത് വെറുതെ ചുറ്റിക്കറങ്ങി നിന്നു. കുതിരകളും വണ്ടിയും വണ്ടിക്കാരനും താഴെ സമതലത്തിലേക്കിറങ്ങിവന്നു.

വൃക്ഷച്ചുവട്ടിൽ, തണലിൽ വണ്ടിയും വണ്ടിക്കാരനും കുതിരകളും കാറ്റേറ്റു നിന്നു.

താൻ തഞ്ചത്തിൽവണ്ടിക്കാരനുമായി ചങ്ങാത്തത്തിൽപ്പെട്ടു. ചോദ്യങ്ങൾക്കൊക്കെ അയാൾ മണിമണിപോലെ ഉത്തരം പറഞ്ഞു.

പേര് ജെന്നി.

അച്ഛൻ ലൂയിവോൺ വെസ്റ്റ് ഫാലൻ. പ്രഭുവാണ്. ഗവൺമെന്റ് കൗൺസിലറാണ്. ജെന്നിക്ക് തന്നേക്കാൾ നാല് വയസ്സ് മൂപ്പുണ്ട്. കണ്ടാൽ പറയില്ല. കുലീനയായ പ്രഭുകുമാരി. ലാവണ്യവതി.

പിന്നെയും പിന്നെയും അവിടെയും ഇവിടെയുമൊക്കെ വച്ച് ജെന്നിയെ കണ്ടു. ആ കുതിരവണ്ടി വഴിയോരത്ത് തന്നെക്കണ്ടാൽ മെല്ലെപ്പോയിത്തുടങ്ങി. കുളമ്പടി ഒച്ചകൾ തമ്മിലുള്ള അകലം നീണ്ടു.

തന്റെയടുത്ത് വണ്ടിയെത്തുമ്പോൾ തല പുറത്തേക്കു നീട്ടി അവൾ ഹലോ പറഞ്ഞു.

താനും പ്രത്യഭിവാദ്യം ചെയ്തു. "ഹലോ"

വണ്ടിമറയുവോളം അവൾ കൈവീശി. താൻ ഇരുകൈകളുമുയർത്തി വീശി. അകലെ ഒരു ബിന്ദുപോലെ കുതിരവണ്ടി സന്ധ്യാവർണങ്ങളിൽ മറയും. താൻ തനിച്ചാകും. അങ്ങനെ എത്രയെത്ര സന്ധ്യകൾ. സന്ധ്യാവർണങ്ങൾ തന്നെ തനിയെയാക്കി മറഞ്ഞു.

തന്റെ ആദ്യ കത്ത് കൈപ്പറ്റിയ ദിവസം അവൾ മുന്നിൽ വണ്ടി നിറുത്തി മെല്ലെ ഇറങ്ങി. താനൊന്നു പരുങ്ങിയെങ്കിലും അവളുടെ സങ്കോചമില്ലായ്മ വിസ്മയിപ്പിച്ചു. അവളെ അടുത്തു കണ്ടപ്പോൾ ചുറ്റും ഒരു സ്വർഗീയ സുഗന്ധം വിരിയുകയാണെന്നു തോന്നി. അവൾ ചിരിച്ചു. അവളുടെ മന്ദസ്മിതവും പരിമളം പരത്തുന്നുവോ! താൻ അത്ഭുതപ്പെട്ട നിമിഷങ്ങൾ. അവൾ പുൽത്തകിടിയെ ലക്ഷ്യം വച്ച് നടന്നു. താനും ഒപ്പം നടന്നു. ആരാദ്യം മൗനം മുറിക്കണമെന്നവൾക്കു നിശ്ചയമുണ്ടായിരുന്നപോലെ; അവൾ തന്നെ തുടങ്ങി.

"മഹാമോശം."

താൻ വിയർത്തു.

'തീരെ കൊള്ളില്ല." അവളാവർത്തിച്ചു. "വളരെ മോശം."

"താനെഴുതിയവരികളിൽ വല്ല ഭോഷ്ക്കും കടന്നുകൂടിയോ."

"കഷ്ടപ്പെട്ടാ വായിച്ചെ." ജെന്നി പറഞ്ഞു നിറുത്തി.

"ജെന്നിയെ വിഷമിപ്പിക്കാൻ ഞാനെന്തെങ്കിലും..."

തനിക്ക് പൂർത്തിയാക്കാനായില്ല.

"അതല്ല, കൈയക്ഷരം ഒരു കാശിനും കൊള്ളില്ല... കാക്ക കോറിയപോലെ..."

അവൾ ചിരിച്ചു. മുത്തുമണികൾ കിലുങ്ങുന്നപോലെ.

താനും ഒരു വിധം ചിരിച്ചൊപ്പിച്ചു.

സന്ധ്യമയങ്ങി. കുതിരവണ്ടി മെല്ലെ നീങ്ങി. വണ്ടി മറയുവോളം അവൾ ഇരുകൈകളും വീശി. താനും കൈകൾ വീശി മന്ദഹസിച്ചു നിന്നു.

വണ്ടി മറഞ്ഞു. കുളമ്പടി ഒച്ച ഇല്ലാതായി.

ഇരുട്ടായി — വീണ്ടും താൻ തനിച്ചായി.

മറ്റൊരു ഹേമന്തം വന്നു.

ഇതാണോ പ്രണയം.

താനും ജെന്നിയും പരസ്പരം ചോദിച്ചു.

കാണാതിരിക്കാൻ വയ്യ. കണ്ടാൽ മിണ്ടാതിരിക്കാൻ വയ്യ. മിണ്ടിയാൽ ചിരി ഒതുക്കാൻ വയ്യ. ചിരിച്ചാൽ ചിരി അടക്കാൻ വയ്യ. ചിരി കഴിഞ്ഞാൽ പിന്നെ കരച്ചിലായി. കണ്ണീരായി. ഇത് പ്രണയത്തിന്റെ തത്വശാസ്ത്രമാണെന്നു താൻ പറഞ്ഞു.

എഴുതാതിരിക്കാൻ വയ്യ. എഴുതിയാൽ ഹൃദയം സംസാരിക്കും പോലെ. ഹൃദയം ഹൃദയത്തോടു സംസാരിക്കുന്നത് മറ്റൊരുഭാഷ. അത് ചുണ്ടിൽ വിടരുന്നതല്ല. ആ ഭാഷയ്ക്കു ശബ്ദമില്ല. ചില്ലില്ല. കൂട്ടക്ഷരങ്ങളില്ല. വ്യാകരണമേയില്ല.

ഒരു പൂവ് വിരിയുമ്പോലെ പരിമളം പരത്തുന്ന ഭാഷ.

ഒരു ചിത്രശലഭം ചിറകുകൾ അനക്കുമ്പോൾ വർണങ്ങൾ വിടരുന്നപോലെ. അത് മറ്റൊരു ഭാഷ. ഇത് പ്രണയത്തിന്റെ ഭാഷ. ജെന്നി പറഞ്ഞു.

ജെന്നിക്കായി താൻ കവിതകൾ രചിച്ചു. അവൾക്കായി കുറിച്ച വരികൾ തന്റെ പിതാവിനും അയച്ചു. പിതാവ് ഹെൻറിച്ച് മാർക്സിന് കവിത ഇഷ്ടപ്പെട്ടെങ്കിലും തന്റെ മകന്റെ 'കവിത്വ'സൂക്കേട് അത്രയ്ക്കങ്ങ് പിടിച്ചമട്ടില്ല. മറുപടികളിൽ അതും അദ്ദേഹം സൂചിപ്പിച്ചിരുന്നു.

ജെന്നിക്കെഴുതിയ കവിതകളിൽ തന്റെ മോഹങ്ങൾ, ഓർമകൾ, ജെന്നിയിലെ കൊതിപ്പിക്കുന്ന ലാവണ്യം ഒക്കെ ധ്വനിപ്പിക്കുകയുണ്ടായി. അവൾ തന്റെ പ്രിയപ്പെട്ടവന്റെ വരികൾ ഒരായിരം വട്ടം വായിക്കും. പിന്നെ നെഞ്ചോടടുപ്പിക്കും. വീണ്ടും വീണ്ടും വായിക്കും. ആ വരികൾ ചുണ്ടിലൊളിപ്പിക്കും. തന്റെ സ്വകാര്യതയിൽ ആ വരികൾ ചൊല്ലി ചൊല്ലി ഹൃദയത്തിൽ സൂക്ഷിക്കും.

ലൂയിവോൺ വെസ്റ്റ് ഫാലൻ പ്രഭുവാണ് ജെന്നിയുടെ അച്ഛനെന്ന അറിവ് തനിക്ക് നേരിയ ആശ്വാസം സമ്മാനിച്ചു. അദ്ദേഹത്തിനു പദവിയുണ്ട്. സമ്പത്തുണ്ട്. ഒപ്പം അദ്ദേഹം സഹൃദയനാണ്. പണ്ഡിതനാണ്. പുരോഗമനവാദിയാണ്.

പ്രഭാതങ്ങളിൽ വെസ്റ്റ് ഫാലൻ പ്രഭു താഴ്വാരങ്ങളിലൂടെ നടന്നു. സന്ധ്യകളിൽ തണൽ വിരിച്ച വൃക്ഷച്ചുവടുകളിലൂടെ നടന്നു. പ്രഭാത

യാത്രകളിൽ താനും ഒപ്പം കൂടി. യുവസുഹൃത്ത് കാളിന്റെ സാഹിത്യ തൽപ്പരത പ്രഭുവിനു നന്നേ പിടിച്ചു. ഹോമർക്കവിതകൾ ചൊല്ലിയും ഷേക്സ്പിയർ നാടകങ്ങളിലെ ക്ഷോഭങ്ങളും വഴിത്തിരിവുകളും വർണിച്ചും പ്രഭു മുന്നിലും താൻ അൽപ്പം പിറകിലുമായി നടന്നു.

വിസ്മയം കൂറുന്ന കണ്ണുകളോടും കാതുകളോടുമാണ് താൻ നടന്നത്.

വീണ്ടും പുലർകാലയാത്രകൾ ജനിച്ചു. ജീവിച്ചു.

അത്ഭുതക്കഥകളുമായി പ്രഭു നടന്നു.

അമ്പരപ്പുകളോടെ താൻ നടന്നു.

കിതപ്പുകളിൽ വെസ്റ്റ് ഫാലൻ പ്രഭു തന്റെ തോളത്തു കൈവച്ചു.

ഞങ്ങൾ നടന്നു.

പ്രഭുവും താനും.

തന്നിലെ പ്രായോഗികവാദി വേഗം ഉണർന്നു.

ജീവിതമിതൊന്നുമല്ല. കവിതയിലും കത്തിലും ഒതുങ്ങുന്നതല്ല ജീവിതം. ജെന്നി ഒരു പ്രഭുകുമാരി. സുന്ദരികളിൽ സുന്ദരി. അവളെ സ്വന്തമാക്കാൻ കൊതിക്കുന്ന അതേകുലത്തിലെ അതേ വർഗത്തിലെ യോഗ്യന്മാരായ യുവാക്കളുടെ നീണ്ടപട. അച്ഛൻ സമൂഹത്തിലെ സമുന്നത തമ്പുരാക്കന്മാരിലൊരാൾ. താൻ വെറുമൊരശു. ഉന്നതവിദ്യാഭ്യാസങ്ങളില്ല. തൊഴിലില്ല. കുടുംബം തീറ്റിപ്പോറ്റാനുള്ള മറ്റു മാർഗങ്ങളൊന്നുമില്ല. ഒരു സാദാ വക്കീലായ പിതാവിന്റെ വരുമാനം ഇപ്പത്തന്നെ കുടുംബം പോറ്റാനുള്ള കഷ്ടിച്ച വകമാത്രമാണ്. ഈ അവസ്ഥയിൽ ജെന്നിയെപ്പോലൊരു കന്യകയെ വിവാഹം ആലോചിക്കുക എന്നത് ചിന്തനീയം പോലുമല്ല. ഏറെ ആലോചനകൾക്കുശേഷം രണ്ടുപേരും ചേർന്നൊരു പോംവഴി കണ്ടെത്തി. സ്വയംവരം.

ജെന്നിയും താനും മനസാവരിച്ച് സ്വയം വിവാഹം ഉറപ്പിച്ചു. ഇരുചെവിയറിയാതെ ഞങ്ങൾ ഭാവിജീവിതം സങ്കൽപ്പത്തിൽ നെയ്തുകഴിഞ്ഞു. ഇനി, ആ കുരുക്കഴിക്കാൻ മറ്റൊരു ശക്തിക്കുമാവില്ല. അത്രക്കു ദൃഢമായിരിക്കുന്നു ഞങ്ങളുടെ ഹൃദയങ്ങൾ തമ്മിലുള്ള സന്ധി.

താൻ പിന്നെയും മനസിനെ മഥിച്ചു. ഇങ്ങനെ എത്രകാലം. താനും ജെന്നിയും നിശ്ചയിച്ചുറച്ചു. ശരിതന്നെ. ഇതിനൊരവസാനം കാണണ്ടേ? അതിനൊരാരംഭം വേണ്ടേ? അപ്പോൾ എവിടന്ന് തുടങ്ങാം? ആരിൽ നിന്നു തുടങ്ങാം? തന്റെ അച്ഛനിൽ നിന്നും തുടങ്ങിയാലോ. അച്ഛൻ ചങ്ങാതിയാണ്,. വഴികാട്ടിയാണ്. പ്രിയങ്കരനാണ്. തന്നോട് കനിവുള്ളവനാണ്. കാരുണ്യം ചൊരിയുന്നവനാണ്. കരുത്തേകുന്നവനാണ്. നന്മനിറയുവാൻ വേണ്ടി എന്നും പ്രാർഥിക്കുന്നവനാണ്. പാപങ്ങൾക്കുവേണ്ടി പിഴയൊടുക്കുന്നവനാണ്. ദുഷ്കർമങ്ങൾക്ക് മാപ്പ് നൽകുന്നവനാണ്. സർവോപരി

അത്യുന്നത സങ്കൽപ്പങ്ങളിലെ രക്ഷകനെപ്പോലെ തന്റെ രക്ഷകനാണ് പ്രിയപ്പെട്ട അച്ഛൻ.

ഈ മകന്റെ വിളി അച്ഛൻ കേട്ടു. ഹെൻറിച്ച് വക്കീൽ ജെന്നിയുടെ പിതാവ് വെസ്റ്റ് ഫാലൻ പ്രഭുവുമായി തന്റെയും ജെന്നിയുടെയും വിവാഹക്കരാർ അംഗീകരിച്ചു. പക്ഷേ ചില വ്യവസ്ഥകളുണ്ട്. വിവാഹം ഉടനെയില്ല. നീണ്ട കാത്തിരിപ്പ് വേണം. താൻ സ്വന്തം കാലിൽ ഉറച്ചു നിൽക്കുവാനുള്ള വഴി തേടണം. പഠനം തുടരണം. ഗവേഷണം പൂർത്തിയാക്കണം. ഡോക്ടർ കാൾ മാർക്സ് ആവണം. ഉന്നതപദവിയിലെത്തണം. പിന്നെ ഒരുമിച്ച് പാർക്കാൻ താനും ജെന്നിയും ചേർന്ന് പ്രത്യേകം കൂടുകൂട്ടാം. സന്തതിപരമ്പരകളുമായി അവിടെ കൂടാം.

ഈ വ്യവസ്ഥകളൊക്കെ ഇരുവർക്കും സമ്മതമാണോ?

"സമ്മതമാണ്. ആയിരംവട്ടം സമ്മതമാണ്."

താനും ജെന്നിയും ഏകസ്വരത്തിൽ പറഞ്ഞു. ജെന്നിക്കും തനിക്കും ശ്വാസം നേരെ വീണു. വ്യവസ്ഥകൾ എന്തുമാകട്ടെ — ആലങ്കാരികമായി പറഞ്ഞാൽ തങ്ങൾ എത്രയുഗങ്ങൾ വേണമെങ്കിലും കാത്തിരിക്കാം. ജെന്നിക്കുവേണ്ടി താനും തനിക്കുവേണ്ടി ജെന്നിയും.

അവർ കാത്തിരുന്നു.

ബോൺ സർവകലാശാലയിലെ പഠനം ആഘോഷമായിരുന്നുവെങ്കിൽ ബർലിൻ യൂണിവേഴ്സിറ്റിയിലെ പഠനം തനിക്ക് വിസ്മയവും തപസ്യയുമായി. വായിച്ചു കൂട്ടാൻ നിധിപോലുള്ള ഗ്രന്ഥശേഖരങ്ങൾ. വറ്റാത്ത ഉറവകൾ പോലെ അധ്യാപകർ. താൻ അവിടെ ചേരുംമുമ്പേ ഹെഗൽ ബർലിൻ യൂണിവേഴ്സിറ്റിയിൽ അധ്യാപകവൃത്തി ഉപേക്ഷിച്ചുപോയി. ഹെഗലിന്റെ ശിഷ്യത്തിൽപ്പെടാനുള്ള ഭാഗ്യമില്ലാതെ പോയതിൽ ദുഃഖം തോന്നി. പക്ഷേ സഹപാഠികൾ കേമന്മാരായിരുന്നു. അവരിൽ എഴുത്തുകാരും ചിന്തകരും തർക്കങ്ങളുടെ തമ്പുരാക്കന്മാരും ഉണ്ടായിരുന്നു. താൻ ഇവരുമായി നിരന്തരം ഇടപെടുകയും സംവദിക്കുകയും ചെയ്തുകൊണ്ടിരുന്നു. ദർശനത്തിന്റെ ചരിത്രം, റോമൻ നിയമസംഹിത, സഭാനിയമങ്ങൾ, നിയമത്തിന്റെ ദർശനം, സർഗാത്മക സാഹിത്യം —എല്ലാം പഠനവിഷയമാക്കി. 'ഡോക്ടർ ക്ലബ്ബി'ൽ വച്ചാണ് ഡോക്ടർ റൂത്തർബർഗ് ഉറ്റ ചങ്ങാതിയായത്. ഇവിടെ നടന്ന വാദപ്രതിവാദങ്ങൾ പരസ്പരം വിരുദ്ധമായ നിരവധി വീക്ഷണങ്ങളെ വെളിവാക്കുന്നവയായിരുന്നു.

അച്ഛന്റെ കത്ത് വീണ്ടും വന്നു.

"പ്രിയപ്പെട്ട കാൾ നിന്റെ ജെന്നിക്ക് എന്നെ വളരെ വിശ്വാസമാണ്. എന്നാൽ ആ നല്ല പെൺകുട്ടി തുടരെത്തുടരെ അവളെത്തന്നെ ദ്രോഹിക്കുന്നു. നിനക്കുപദ്രവമാകുന്നതെന്തും ചെയ്യാനവൾക്കു ഭയമുണ്ട്. അവ

ളുടെ അച്ഛനമ്മമാർക്ക് ഇക്കാര്യം അറിയില്ലെന്നത് അവളുടെ മനസിലെ ഭാരമാണ്. നിന്റെ ഒരു കത്ത് അവൾക്കാശ്വാസമാകും. ഭാവനാസമ്പന്ന നായ വെറുമൊരു കവിയുടെ കത്തായിരിക്കരുത് അത്. പരിശുദ്ധ പ്രേമ ത്തിന്റെ നല്ല ഭാവങ്ങളാകാം. അതങ്ങനെയാകുമെന്ന് നിശ്ശങ്കം ഞാനറി യുന്നു. നിന്റെ ബന്ധത്തെക്കുറിച്ച് വ്യക്തമായ ധാരണയും ഉറപ്പും അവൾക്കു കൊടുക്കണം. പുരുഷത്വത്തോടെ അവളോടും ആവശ്യപ്പെ ടുക. പിന്നോട്ടുനോക്കാതെ ലവലേശം മനസ്സ് പതറാതെ ശാന്തമായി വിശ്വാസപൂർവം ഭാവിയിലേക്ക് നോക്കാൻ."

കത്തിനോടൊപ്പം പണവും അയയ്ക്കുന്നു. നീ ആവശ്യപ്പെട്ടതിലും കൂടുതൽ തുകയ്ക്കാണ് ചെക്ക്. ആവശ്യത്തിലേറെ നീ ചെലവാക്കി ല്ലെന്നു വിശ്വസിക്കുന്നു."

അച്ഛന്റെ കത്ത് വീണ്ടും വീണ്ടും വായിച്ചു. അച്ഛന് ഇപ്പോഴും തന്നി ലത്രവിശ്വാസം പോരാ. എന്നെപ്പറ്റി ഏറെ വ്യാകുലപ്പെടുന്ന അച്ഛാ, ഈ മകനെ വിശ്വസിക്കുക. എന്റെ കർമങ്ങൾ ആരംഭിക്കുന്നതേയുള്ളൂ. അച്ഛൻ വിശ്വസിക്കണം. ഞാനൊരു സ്വപ്നാടകനല്ല. ഞാൻ ചെയ്യുന്ന കർമ ങ്ങളുടെ ഫലം കാണുവാനും അനുഭവിക്കുവാനും അച്ഛനു ഭാഗ്യമുണ്ടാ കും ചിലപ്പോൾ. നമ്മുടെ രണ്ടുപേർക്കും ശേഷം വരുന്നവർക്കാകും ഈ ഭാഗ്യമുണ്ടാവുക — ഒരു കാര്യത്തിൽ അച്ഛനുറപ്പുതരാം. എന്റെ ദർശന ങ്ങൾക്ക് ഞാനടിത്തറ പാകിക്കഴിഞ്ഞു. ആ ദർശനം സമ്പൂർണമാകു മ്പോൾ മനുഷ്യരാശിക്കു മുന്നിൽ പുതിയൊരു വെളിച്ചമാകും വീശുക. ആ വെളിച്ചം കാലഹരണപ്പെട്ടവന്റെ വെറും വാക്കുകളിൽ നിന്ന് വീശുന്ന പാഴ്‌വെളിച്ചമെന്നാക്ഷേപിക്കുന്നവരുണ്ടാവാം. അവർക്ക് തിരുത്തേണ്ടിവ രും. പിന്നീടെപ്പോഴെങ്കിലും. അച്ഛന് അകലെയിരുന്ന് കൊടുത്ത ഈ ഉറപ്പ് സ്വന്തം മനസിൽ സൂക്ഷിച്ചുകൊണ്ട് ആ കത്ത് അലമാരയിൽ ഭദ്രമായി തിരുകിവച്ച താൻ മുറിയിൽ അങ്ങോട്ടുമിങ്ങോട്ടും നടന്നു.

ഇടയ്ക്കൊക്കെ ജെന്നിയെ കാണാനും അവൾക്കെഴുതാനും സമയം കണ്ടെത്തി. കവിതയെഴുത്ത് വേണ്ടെന്നുവച്ചു. പകരം കാമ്പുള്ളതും ഇമ്പ മുള്ളതുമായ കത്തുകളെഴുതി അവളിൽ മതിപ്പുളവാക്കാൻ കഴിഞ്ഞു.

മറുപടി അവൾ ഇടയ്ക്കിടെ ഓർമിപ്പിച്ചു.

"കൈയക്ഷരം തീരെപ്പോരാ. നന്നായിപ്പിടിച്ചെഴുതിനോക്കണം. ഞാനെത്ര കഷ്ടപ്പെട്ടാ വായിച്ചു തീർക്കണതെന്നറിയാമോ? 'മാൻ' എന്നെ ഴുതിയല്ലോ ഒരിക്കൽ - ആദ്യം ഞാനത് വായിച്ചത് 'കരടി'യെന്നാണ്. ആ നേരത്ത് കുറേ ചിരിച്ചു. വെറുതെയാവില്ല പത്രാധിപന്മാർ കാളിന്റെ ലേഖനങ്ങളൊക്കെ മടക്കി അയയ്ക്കുന്നത്. അവർക്ക് വായിക്കണമെങ്കിൽ ലേശം വെടിപ്പൊക്കെവേണ്ടേ? വിഷമം തോന്നണ്ട.... (തമാശയാണ് കേട്ടോ.)"

ജെന്നിയുടെ അക്ഷരങ്ങൾ നേർത്തതും വടിവൊത്തതുമാണ്. ഭംഗി വിതറിയ ആ അക്ഷരങ്ങൾ വീണ്ടും വീണ്ടും തന്നെ ആ കത്തിലൂടെ കണ്ണോടിക്കാൻ നിർബന്ധിക്കും. കൊതിതോന്നിക്കുന്ന അവളുടെ മനോഹരങ്ങളായ കത്തു കാണുമ്പോൾ ചിലപ്പോൾ അസൂയ തോന്നാറുണ്ട്.

തന്നെ കളിയാക്കിക്കൊണ്ടുള്ള ഈ കത്ത് കിട്ടിയപ്പോൾ താൻ നിശ്ചയിച്ചതാണ് ജെന്നിക്കിട്ടൊരുപണി കൊടുക്കണമെന്ന്. വിവാഹം ഒന്ന് കഴിഞ്ഞോട്ടെ. അവൾക്കുതന്നെ ആ ശിക്ഷ കൊടുക്കാം. താനെഴുതുന്നതെല്ലാം പകർത്തിയെഴുതുന്ന പണി മൊത്തത്തിൽ ജെന്നിക്കുതന്നെ. വീട്ടുകാരി, ചുരുക്കെഴുത്തുകാരി, പകർപ്പെഴുത്തുകാരി — നോക്കിക്കോ പ്രഭുകുമാരീ, നിന്നെ ഞാൻ പെടാപ്പാട് പെടുത്തും. താൻ സ്വകാര്യമായി ചിരിയൊതുക്കി.

പഠിത്തത്തിനിടയിൽ ലേഖനങ്ങളെഴുതി പ്രസാധകർക്ക് അയച്ചു. ചിലതൊക്കെ വെളിച്ചംകണ്ടു. ലേഖനങ്ങളുടെ പകർപ്പ് അച്ഛനും അയച്ചുകൊടുത്തു. അച്ഛൻ ഇടയ്ക്കിടെ ഓർമിപ്പിച്ചു. എഴുതുന്നതല്ല മുഖ്യം. എന്തെഴുതുന്നു, എങ്ങനെയെഴുതുന്നു, എഴുത്തിൽ ഗൗരവമുണ്ടോ, അതായത് കഴമ്പുണ്ടോ, ഇതിനേക്കാൾ പ്രധാനം പ്രസാധകരെ തെരഞ്ഞെടുക്കുന്നതാണ്. സൂത്രക്കാരും ചതിയന്മാരുമായ പ്രസാധകരെ ഒഴിവാക്കുക.

അച്ഛൻ പറഞ്ഞതിന്റെ പൊരുൾ താൻ പിൽക്കാലത്ത് അനുഭവിച്ചു. വാക്ക് മാറുന്ന പ്രസാധകർ. പ്രതിഫലം നിഷേധിക്കുന്നവർ. എഴുതുന്നവനെ വിലമതിക്കാത്തവർ; ഇവർക്കിടയിൽത്തന്നെ ചില കൊള്ളയടിക്കാരും കൊള്ളരുതാത്തവരും—വല്ലാത്തൊരു ലോകം തന്നെ. താനിവരെ ഏറെ സഹായിച്ചു. തന്റെ ചിന്താപരമായ ലേഖനങ്ങൾ നിരാകരിക്കുകയോ കണ്ടില്ലെന്ന് നടിക്കുകയോ ചെയ്ത പ്രസാധകരുണ്ട്. തൊഴിലാളി വർഗ ചിന്തകളോ മുതലാളി-തൊഴിലാളി വൈരുധ്യങ്ങളോ വിഷയീഭവിച്ചതാണ് ഏറെ തിരസ്കരിക്കപ്പെട്ടത്. വിഷമം തോന്നിയിട്ടുണ്ട്. താനന്നൊരു പ്രഗത്ഭനോ പ്രശസ്തനോ അല്ലല്ലോ എന്ന വിശ്വാസത്തിൽ സ്വയം ആശ്വസിക്കുകയായിരുന്നു.

ജെന്നിയുടെ ശവമടക്കം കഴിഞ്ഞ് ആൾക്കൂട്ടം സെമിത്തേരി വിട്ടുകഴിഞ്ഞു.

മാർക്സ് കണ്ണ് ചിമ്മിത്തുറന്ന് ചുറ്റും നോക്കി.

താൻ പാതിമയക്കത്തിലായിരുന്നോ കുറേനേരം? പുറത്തു നിന്നാരോ പറയുന്നത് കേട്ടു. "കാൾ ക്ഷീണംകൊണ്ട് ഇത്തിരി നേരം മയങ്ങിയെന്ന് തോന്നുന്നു."

മുറ്റം ആൾപ്പെരുമാറ്റം കൊണ്ട് കനത്തു. വിലാപയാത്രക്കാരിൽ കുറച്ചുപേർ മടങ്ങിവന്നിട്ടുണ്ടാവാം.

മാർക്സിന്റെ മനസ്സ് വീണ്ടും ഓർമകളിലേക്ക് മറിഞ്ഞു.

1841 ഏപ്രിൽ 15 ന് ജേന സർവകലാശാല തനിക്ക് ഡോക്ടർ ബിരുദം നൽകി. അങ്ങനെ കാൾ മാർക്സ് ഡോക്ടർ കാൾ മാർക്സ് ആയി രൂപാന്തരംപ്രാപിച്ചു. ഗവേഷണ പ്രബന്ധം സമർപ്പിച്ചത് ജെന്നിയുടെ പ്രിയപ്പെട്ട പിതാവിനാണ്. അദ്ദേഹം ഏറെ സന്തുഷ്ടനായി കാണപ്പെട്ട നിമിഷമായിരുന്നു അത്. സന്തോഷാധിക്യത്താൽ പിതാവിന്റെ കണ്ണുനിറഞ്ഞുവെന്ന് പിന്നീട് ജെന്നി തന്നോടുപറഞ്ഞു.

1843 ജൂൺ 9 ന് താനും ജെന്നിയമായി വിവാഹിതരായി. കാലം തെറ്റി പെയ്ത ഒരു പെരുമഴക്കാലമായിരുന്നു അത്. വിറപ്പിക്കുന്ന കൊടുങ്കാറ്റടിച്ച രാവുകളായിരുന്നു നവദമ്പതികളെ വരവേറ്റത്.

താൻ ഡോക്ടർ കാൾ മാർക്സ് ആകുന്ന നിമിഷം.

ജെന്നി തന്റെ വധുവാകുന്ന നിമിഷം.

ഈ രണ്ടു നിമിഷവും തന്റെ അച്ഛന്റെ മോഹമുഹൂർത്തങ്ങളായിരുന്നു. പക്ഷേ, അതിനുമുമ്പേ തന്നെ മരണം കഴുകനെപ്പോലെ വന്ന് അച്ഛന്റെ ജീവൻ അപഹരിച്ചുകഴിഞ്ഞിരുന്നു.

ഹൈഗേറ്റ് സെമിത്തേരിയിൽ നിന്നും എംഗൽസും മടങ്ങി വന്നു. എല്ലാം കഴിഞ്ഞു. ആറടി മണ്ണിൽ എല്ലാം അമർന്നു.

മാർക്സ് കട്ടിലിൽ കാൽനീട്ടി ചുമരിൽ ചാരിയിരുന്നു. എംഗൽസ് കട്ടിലിൽ വന്നിരുന്നു. മുറിന്റെ മുഖത്തു മാറ്റങ്ങളുടെ മിന്നലാട്ടങ്ങൾ. എന്തോ തന്നോടു പറയാൻ ബാക്കിയുള്ളതുപോലെ മാർക്സ് പരവശനാകുന്നത് എംഗൽസ് അറിഞ്ഞു.

"ഉം പറയു എന്താണ്?" എംഗൽസ് അടുത്തേക്ക് നീങ്ങി കാതുകൂർപ്പിച്ചു. മാർക്സ് അകലേക്കു നോക്കിയിരുന്നു. ചുണ്ടിൽ നിന്നും ഉതിർന്ന ദുർബലവാക്കുകൾക്കായി എംഗൽസ് കാത്തിരുന്നു.

"അതൊരു തണുത്ത സായാഹ്നമായിരുന്നു. ഞാൻ എഴുത്ത് പാതി വഴിയിൽ നിറുത്തി, നോട്ടുപുസ്തകം മടക്കി തലയ്ക്കു പിന്നിൽ കൈകോർത്ത് മച്ചിലേക്കു നോക്കിയിരിക്കുകയായിരുന്നു."

ജെന്നി ഒരുകൊടുങ്കാറ്റുപോലെ മുറിയിലേക്കിരച്ചുവന്നു. അവൾ വിറയ്ക്കുകയായിരുന്നു. "മാനത്ത് നോക്കി സ്വപ്നം കണ്ടിരുന്നോ, റൊട്ടിക്കാരൻ റൊട്ടിപ്പെട്ടീം പൂട്ടിപ്പോയി. കണക്കു തീർക്കാതെ കാൽക്കാശിനു റൊട്ടി ഇനി തരില്ലെന്നു പറഞ്ഞാ പോയത്. അയാൾ ഗൃഹനാഥനേം അന്വേഷിച്ചു. മൂഷിന് നുണ പറയേണ്ടിവന്നു. അച്ഛനിവിടില്ലെന്ന്. അവനേം നുണ പറയാൻ പഠിപ്പിച്ചു. കഷ്ടം. എന്തൊരു ഗതികേടാണിത്. ഇപ്പോ എന്റെ പൊന്നുമോൻ ഒട്ടിയ വയറിലേക്കു നോക്കിവിശക്കുന്നുവെന്നു പറഞ്ഞ് കരയുന്നു. എനിക്കാ കാഴ്ചകാണാൻ വയ്യാണ്ടായി. ഇവിടെ ഒരാൾക്കിതൊന്നുംകാണേം കേൾക്കേം വേണ്ടല്ലോ."

അവൾ ഒച്ചയുയർത്തി കോവണിപ്പടികൾ ചവിട്ടി താഴേക്കു പോയി. ആ നേരത്ത് എന്റെ വയറും എരിയുകയായിരുന്നു. പ്രിയ സുഹൃത്തേ തൊണ്ടയ്ക്കുതാഴെ അന്നാകെ ഇറക്കിയത് അരക്കോപ്പ കട്ടൻ ചായ മാത്രം. പിന്നെ, നിരന്തരം വലിച്ചുകൂട്ടിയ ചുരുട്ടിന്റെ പുകയും. അതും കുറെ ആമാശയത്തിലേക്ക് കടന്നുകാണും.

കരയണമെന്നു തോന്നി. വേണ്ട. ഒരു ചുരുട്ടുകൂടി എടുത്ത് വിരൽപ്പിടിയിലൊതുക്കി.

കോവണിപ്പടി കയറിവരുന്ന ജെന്നിയുടെ കാലൊച്ച ബാക്കി നൊമ്പരങ്ങൾകൂടി പുറത്തെടുക്കാനുള്ള പുറപ്പാടാണോ? മുറിയിൽ കയറുമ്പോൾ അവളുടെ കണ്ണുകൾ കരഞ്ഞുകലങ്ങിയിരുന്നു. വിവാഹശേഷം ഈ മനോഹര നയനങ്ങൾ എത്രവട്ടം നനഞ്ഞിട്ടുണ്ടാകും. കുട്ടികളുടെ വിശപ്പ് ഓർത്ത് തന്നെയാവും അധികവും. നൊന്തുപെറ്റവളല്ലേ, എങ്ങനെ കരയാതിരിക്കും. ഞാൻ ചുരുട്ട് താഴേക്കെറിഞ്ഞു. അവൾ എന്റെ മടിയിൽ തല ചായ്ച്ചുതേങ്ങി. “മാപ്പ് മൂർ മാപ്പ്.”

എന്തുപറയണമെന്നറിയാതെ ഞാനൊരു ശിലാശിൽപ്പം പോലെ ഇരുന്നു. അവൾ നിലത്തുകിടന്ന് പുകയുന്ന ചുരുട്ടെടുത്ത് എന്റെ ചുണ്ടിൽ തിരുകി. എന്റെ മുഖമുയർത്തി അവൾ വീണ്ടും തേങ്ങി.

“ക്ഷമിക്കൂ. മൂർ, എന്നോടു ക്ഷമിക്കൂ.”

“ഓർക്കരുത് — ഇപ്പോൾ ഇതൊന്നും ഓർക്കരുത്” എംഗൽസ് വിലക്കി.

“താങ്കൾ ഇതുകൂടെ കേൾക്കണം. താങ്കൾതന്നെ കേൾക്കണം.” മാർക്സ് വീണ്ടും തുടർന്നു.

“വാടകവീടുകൾ എന്നും ഞങ്ങളുടെ ദുഃഖമാണെന്നു താങ്കൾക്കറിയാമല്ലോ. ആ പള്ളിയുടെ പിന്നിലെ വീടോർക്കുമല്ലോ. അവിടെ വാടകക്കുടിശ്ശിക അഞ്ചുപവനായി വളർന്നു. വീട്ടുടമ എന്നും പുലർച്ചക്ക് വാതിൽക്കൽ മുട്ടും. ഒരു യാത്രാവടിയുമായാണ് വരവ്. ജെന്നി ഓരോ ഒഴിവു തന്ത്രങ്ങൾ പയറ്റി നോക്കി മടക്കി പറഞ്ഞയയ്ക്കും. അവധികൾ പലതും പറഞ്ഞു. വാക്ക് പാലിക്കാനായില്ല. ഉടമയുടെ മട്ടു മാറി. “വാക്കു പാലിക്കാത്ത പരിഷകൾ, ഒന്ന് മാറിത്തന്നാൽ മതിയായിരുന്നു. കള്ളക്കൂട്ടങ്ങൾ എത്രകാലമായി സക്കാത്തിനു സുഖമായി കിടന്നുറങ്ങുന്നു. ഈ ബാധ ഒന്നൊഴിഞ്ഞാമതിയായിരുന്നു എന്റെ ദൈവമേ.”

ജെന്നി മറുപടി പറഞ്ഞില്ല. വളരെ കഷ്ടപ്പെട്ടിട്ടാ ആ വീട് വാടകയ്ക്ക് ലഭിച്ചതുതന്നെ. നാല് മക്കൾ ഉണ്ടെന്നു കേൾക്കുമ്പോൾ തന്നെ വീട്ടുടമകളുടെ മുഖം ഇരുളും. മക്കളെ കൂടാതെ താനും ജെന്നിയും ഹെലനും — അങ്ങനെ ഏഴംഗകുടുംബം. ഇത്രയും വലിയ കുടുംബത്തെ വാടകവീട്ടിൽ വസിപ്പിക്കാൻ ഉടമ വിസമ്മതിച്ചതാണ്. സുഹൃത്തുക്കളുടെ ശുപാർശ

കൊണ്ടാണ് ഈ വീട് തരപ്പെടുത്തിയത്. വാടകയും കൂടി മുടക്കിയാൽ ആർക്കാ അരിശം വരാത്തത്. ഉമടയുടെ ശാസനയും ശകാരവും കേൾക്കുകയും സഹിക്കുകയുമേ മാർഗമുള്ളൂ.

അങ്ങനെയിരിക്കെയാണ് ജപ്തി നടപടി. ആമീനും സംഘവും വന്ന് വീട്ടിലെ പാത്രങ്ങൾ, കിടക്കവിരികൾ, കുട്ടികളുടെ ഉടുപ്പുകൾ, പാവക്കുട്ടികൾ, തൊട്ടിൽ, കട്ടിൽ എല്ലാം എണ്ണിത്തിട്ടപ്പെടുത്തിയപ്പോൾ സന്ധ്യയായി. സൂര്യനസ്തമിച്ചാൽ പിന്നെ ജപ്തി നടപടികൾ പാടില്ലെന്നൊരു നിയമമുണ്ട്. ജപ്തി നടപടികൾ കണ്ടു രസിക്കാൻ വന്നുകൂടിയ അയൽക്കാരിലൊരുവൻ ഈ നിമയത്തെക്കുറിച്ച് അധികാരികളെ ഓർമിപ്പിച്ചു. ജപ്തിക്കാർ സാധനങ്ങളെല്ലാം കയറ്റിയപോലെ എണ്ണി വണ്ടിയിൽ നിന്നിറക്കി വീണ്ടും വീട്ടിനുള്ളിൽ കയറ്റി. കാഴ്ചക്കാർ പിരിഞ്ഞു.

ആ രാത്രി കാളരാത്രിയായിരുന്നു ഞങ്ങൾക്ക്. സൂര്യാസ്തമന നിയമം ചൂണ്ടിക്കാട്ടി ഒരു രാത്രി കൂടി ജപ്തി നടപടി മരവിപ്പിച്ച ആ അയൽക്കാരനെ ശപിച്ചുപോയനിമിഷങ്ങൾ. നാളെ രാവിലെ പാത്രങ്ങളും കിടക്കവിരികളും തൊട്ടികളും മറ്റും മറ്റും വീണ്ടും എണ്ണിത്തിട്ടപ്പെടുത്തി വീണ്ടും വണ്ടിയിൽ കയറ്റുന്ന നടപടിക്രമങ്ങൾ. ഇതിനു സാക്ഷിയാകാൻ മുന്നൂറിൽപ്പരം അയൽക്കാർ, മുപ്പതിൽപ്പരം കടക്കാർ. പോരേ കളി.

കുഞ്ഞുടുപ്പുകളെയും കളിക്കോപ്പുകളെയും നോക്കി നിശ്വാസമിടുന്ന തങ്ങളുടെ മക്കൾ. ആ നിയമോപദേഷ്ടാവിനെ ഇപ്പോൾ കയ്യിൽ കിട്ടിയെങ്കിൽ രണ്ടെണ്ണം ഇട്ടങ്ങ് പൊട്ടിക്കാമായിരുന്നു. അങ്ങനേം തോന്നിപ്പോയി.

എന്തൊരപമാനം, എന്തൊരു ഗതികേട്. തന്റെയീ വർഗത്തെയല്ലേ നിന്ദിതരെന്നു വിളിക്കേണ്ടത്? തന്റെയീ വർഗത്തെയല്ലേ പീഡിതർ എന്നു വിളിക്കേണ്ടത്. ചുരുട്ടുകൾ വലിച്ചു തീർന്നപ്പോൾ ഭ്രാന്തെടുത്തു. ആ രാത്രിയിൽ പിന്നെ വലിച്ചെറിഞ്ഞ ചുരുട്ടുകുറ്റികളെ കൂടി വലിച്ചു. അവസാനപ്പുക വരുവോളം ഊറ്റിഊറ്റി വലിച്ചു.

മാർക്സിന്റെ നിശ്വാസങ്ങൾക്ക് ക്രമംതെറ്റുന്നത് എംഗൽസ് അറിഞ്ഞു. ഇടനെഞ്ചിൽ തടവിക്കൊണ്ടദ്ദേഹം പറഞ്ഞു.

"മതി മൂർ മതി. ഇനിയൊന്നും പറയണ്ട."

"ഇന്നൊന്നും പറയണ്ട. വിശ്രമിക്കൂ."

"ഇല്ല ഇതുംകൂടി താങ്കളറിയണം... ഇതുംകൂടി മാത്രം." മാർക്സ് വാശിപിടിച്ചു.

"ഒരു കുടിയിറക്കത്തിനുശേഷം വെറും പാവപ്പെട്ടവർ വസിക്കുന്നൊരിടത്താണ് വാടകവീട് തരപ്പെട്ടത്. ആ സ്ഥലം താങ്കൾക്കും അറിവുള്ളതാണല്ലോ. ഒറ്റമുറി. ഒരടുക്കള. ഒരു വരാന്ത. കുട്ടികളുടെ പുസ്തകങ്ങളും എഴുത്തുസാമഗ്രികളും ഞാൻ എഴുതിക്കൂട്ടിയ കടലാസ് കെട്ടുകളും വരാ

ന്തയിൽ വാരിക്കൂട്ടി. കുടിയിറക്കിന്റെ കയ്പേറിയ അപമാനവും വറുതികളുമായി പുതിയ വാസസ്ഥലത്തേക്ക് വന്നപ്പോ ജെന്നിക്കു ശ്വാസം മുട്ടി. വരാന്തയിലെ കസേരയിലിരിക്കെ എന്നോട് ജെന്നി പരിഭവിച്ചു. കാൾ എന്ത് ജീവിതമാണിത്. ഒരു കാലിത്തൊഴുത്തിന് ഇതിനേക്കാൾ സൗകര്യമുണ്ട്. കുട്ടികൾക്കിരുന്ന് പഠിക്കാനൊരിടമില്ല. അവർക്ക് ഈറൻ മാറാനൊരു മറയില്ല. അവർക്കൊന്ന് കളിക്കാനൊരു മുറ്റമില്ല. അതൊക്കെ സഹിക്കാമെന്നുവയ്ക്കാം. എന്റെ മൂറിനൊന്നിരിക്കാനിത്തിരി ഇടമുണ്ടോ? 'മൂലധനം' പൂർത്തിയാക്കണ്ടേ? എല്ലാം വലിച്ചുവാരി കൂമ്പാരം കൂട്ടിയിരിക്കയാണ്. ഒരു ചുഴലിക്കാറ്റൊന്നുവീശിയാൽ ഒരു പെരുമഴ പെയ്താൽ പിന്നെ അതിലൊരു കടലാസ് മിച്ചം കിട്ടുമോ?"

ഞാനനങ്ങിയില്ല, എല്ലാം കേട്ടിരുന്നു.

അവൾക്ക് കലികയറി. "അനങ്ങാതിങ്ങനെ ഇരുന്നോ. വെണ്ണക്കൽ പ്രതിമപോലെ. എന്റെ മട്ടൊന്ന് മാറിയാലീക്കടലാസൊക്കെ വാരിക്കൂട്ടിയങ്ങ് ചുട്ട് കരിക്കും. അത്രയുംകൂടെ ഇടം കിട്ടുമല്ലോ ഒന്നു കാലൂന്നാൻ. അല്ലെങ്കിൽ വല്ല ആക്രിക്കാരനുംവിറ്റ് ഞാൻ കുട്ടികൾക്ക് റൊട്ടി വാങ്ങിക്കൊടുക്കും. നോക്കിക്കോ."

ഒരു കൊടുങ്കാറ്റുപോലെ ഉള്ളിലേക്കവൾ തുള്ളിമറഞ്ഞു. എനിക്കും നിയന്ത്രണം വിട്ടു. ഞാനും ചിലതൊക്കെ വിളിച്ചുകൂവി ഉറക്കെത്തന്നെ.

"നീ പ്രഭുകുമാരി. സ്വർണക്കരണ്ടിയുമായി പിറന്നവൾ. പട്ടുമെത്തയിലുറങ്ങിയവൾ. ഏഴു കുതിരകളെ പൂട്ടി രാജരഥത്തിൽ എഴുന്നള്ളിയവൾ. എന്നെന്നും മധുരസ്വപ്നങ്ങൾ കണ്ടുണർന്നവൾ...ഞാനൊരു പരമദരിദ്രവാസി. പിച്ചവച്ചു നടക്കുമ്പോൾ ദരിദ്രൻ. വളർന്നു വലുതായപ്പോഴും ദരിദ്രൻ. ഓർമിക്കാൻ ഇല്ലായ്മകൾ മാത്രം — എന്നെ കൊണ്ടിങ്ങനെയൊക്കെയേ കഴിയൂ. തീരെ സഹിക്കാൻ വയ്യെങ്കിൽ സലാം പറഞ്ഞ് പിരിഞ്ഞോ. നമ്മുടെ നാട്ടിൽ അതൊക്കെ സാധാരണമാണല്ലോ. വിവാഹമോചനം. അതുതന്നെ."

ഞാൻ പുറത്തേക്കിറങ്ങി നടന്നു. നടത്തയ്ക്ക് വേഗത കൂട്ടി. തെരുവിൽ നിലാവ് മങ്ങിയ വെളിച്ചം വീശി. കുറേ നടക്കാം. പരിചയക്കാരാരുമില്ല. പുതിയ വാസസ്ഥലമാണല്ലോ. വഴിയരികിലെ പള്ളിയിൽ നിന്നും വിശ്വാസികൾ നടന്നിറങ്ങി. ആരും തന്നെ നോക്കിയില്ല. ആർക്കാണതിനൊക്കെ നേരം.

"താങ്കൾ ആയിടയ്ക്ക് വാടകക്കുടിശ്ശിക തീർക്കാനും പുതിയ വീട് കണ്ടെത്താനുമുള്ള കാശ് അയച്ചുതന്നത് മഹാഭാഗ്യമായി. പിന്നെയും കുറെ ബാക്കി കീശയിലുണ്ടായി. ലേശം മദ്യം സേവിച്ചാലോ. ആകെ ഒരു മൂഡില്ലാതായി. മദ്യശാലയിൽ കയറുമ്പോൾ തിരക്ക് കുറവായിരുന്നു. ബയറർ മദ്യത്തിന്റെ പേരൊക്കെ പറഞ്ഞു. എല്ലാം കേട്ടിട്ട് ഞാൻ പറഞ്ഞു. "വിലകുറഞ്ഞ രണ്ട് കുപ്പി ബിയർ ഐസിട്ട്."

ഞാൻ സ്വയം പിറുപിറുത്തു. "ഒന്ന് തണുക്കട്ടെ." ആദ്യകുപ്പി ഒറ്റവലിക്കിറക്കിത്തീർത്തു. രണ്ടാം കുപ്പി പൊട്ടിക്കുമ്പോൾ നുര പതഞ്ഞു പൊങ്ങി. ആ കാഴ്ച അൽപ്പനേരം നോക്കിയിരുന്നു. കാണാൻ നല്ല രസം തോന്നി. ആ കുപ്പയും മടമടാ കുടിച്ചിറക്കി.

അഞ്ചുപേർക്ക് വേണ്ട ആഹാരപ്പൊതിക്കും ഓർഡർ കൊടുത്തു. റൊട്ടി, പന്നിയിറച്ചി, എരിവും പുളിയുമുള്ള മറ്റെന്തെങ്കിലും കറികളും ഒരു കൂടപ്പഴവും. ഒപ്പം ഒരു കുപ്പി ബിയർകൂടി പറഞ്ഞു. ആ കുപ്പി ബിയർ മെല്ലെ നുണഞ്ഞിറക്കി. സ്വയം ശാസിക്കുന്നതിനിടയിൽ ഓരോ കവിൾ വീതം ഇറക്കുകയായിരുന്നു.

ഛെ, വേണ്ടായിരുന്നു. എന്താ ഞാനൊടുവിൽ പറഞ്ഞത്. ജെന്നിക്ക് വേണമെങ്കിൽ ഉപേക്ഷിച്ചുപൊയ്ക്കോള്ളാൻ. പാടില്ലായിരുന്നു. എനിക്കായി പിറന്നവൾ. എനിക്കായി വളർന്നവൾ. എന്റെ കൈ പിടിച്ചിറങ്ങി വരുമ്പോ എന്റെ തണൽ മാത്രം സ്വപ്നം കണ്ടവൾ. അന്നൊരാഗ്രഹം പറഞ്ഞിരുന്നു. ആദ്യരാവിൽ. "കാളിന്റെ എണ്ണമറ്റ മക്കളെ പെറ്റുകൂട്ടണം. ഓരോ പേറ്റ് നോവിനിടയ്ക്കും കാളിന്റെ മുഖമോർക്കണം. എങ്കിലേ കാളിന്റെ തനിപ്പകർപ്പിലെ കുട്ടികളെ എനിക്ക് പ്രസവിക്കാനാവൂ. അവരെ പാലൂട്ടണം. അച്ഛന്റെ വലിപ്പത്തിനൊപ്പം വളർത്തണം — മതി കാൾ, ഈ ജന്മത്തിലെനിക്കിതു മതി. ഇത്രമാത്രം മതി. മറ്റൊന്നും വേണ്ട."

അവളൊരമ്മയാണെന്ന ഓർമപ്പെടുത്തൽ ഞാൻ ചിലപ്പോഴെങ്കിലും മറന്നു. അതാണീ കുഴപ്പങ്ങൾക്കൊക്കെ ഹേതു. ഇപ്പത്തന്നെ എന്താ ഉണ്ടായത്. അവൾ അവളുടെ സങ്കടം പറഞ്ഞു. അതിനു ഞാനിത്ര നിസാരനാവാൻ പാടുണ്ടായിരുന്നോ? ഛെ. ഛെ മോശം. മക്കൾ സാക്ഷികളായിരുന്നു. ഉള്ളിൽ നിന്ന് ഹെലനും എല്ലാം കേട്ടുകാണും. ഞാൻ ആകെപ്പാടെ കുഴച്ചുകളഞ്ഞില്ലേ?

സാരമില്ല. പരിഹരമുണ്ട്. മാപ്പിരക്കുക.

എന്റെ ജെന്നിയോട് മാപ്പ് പറയുക.

ബാക്കിവന്ന ബിയറും ഒറ്റവലിക്കു തീർത്തു. തല വിശാലമായൊന്നു കുടഞ്ഞു.

"മതി ഇതൊക്കെ താങ്കൾ പലപ്പോഴായി പറഞ്ഞിട്ടുള്ള കാര്യങ്ങളാണ്. ഇപ്പോൾ താങ്കൾ വിശ്രമിക്കുക." എംഗൽസിന്റെ അപേക്ഷ അനുസരിച്ചമട്ടിൽ മാർക്സ് കട്ടിലിലേക്കു ചാഞ്ഞു. മയക്കം കണ്ണുകളിലേക്കു വീണു.

മൂർ തന്നോടാവർത്തിച്ചിട്ടുള്ള മറ്റൊരു ഞെട്ടൽക്കാഴ്ച എംഗൽസിന്റെ ഓർമയിലേക്കോടി വന്നു.

ഒരു വസൂരിക്കാലം.

രോഗാണുക്കളുടെ ആദ്യാക്രമണം ജെന്നിയുടെ മേൽ പതിഞ്ഞു. മക്കളെ സുഹൃത്തുക്കളുടെ വീടുകളിലേക്കു മാറ്റി പാർപ്പിച്ചു. രാപകലി

ല്ലാതെ മൂർ ജെന്നിയെ പരിചരിച്ചു. ഒടുവിലാ പകർച്ചവ്യാധി മൂറിനെയും പിടികൂടി. ആദ്യം ഭേദമായത് ജെന്നിക്കാണ്. രണ്ടുപേരും രോഗമോചിത രായി അടുത്തുകണ്ടു.

ജെന്നിയുടെ മുഖത്ത് കണ്ണെടുക്കാതെ നോക്കിയ മൂർ തകർന്ന് തളർന്നുനിന്നു. തന്റെ ജെന്നിയുടെ നനുത്ത കവിളുകളിലങ്ങിങ്ങ് വസൂ രിപ്പാടുകൾ. ആ പൂമേനിയിൽ മറ്റൊരു പൂവിതൾപോലും വീഴുന്നത് സഹി ക്കുവാൻ കെൽപ്പില്ലാത്ത താനെങ്ങനെ ഈ രോഗത്തിന്റെ ക്രൂരവിക്രിയ കൾ സഹിക്കുമെന്നായിരുന്നു മൂർ ഉയർത്തിയ ചോദ്യം.

തന്റെ പ്രിയ പ്രേയസി ജെന്നിയുടെ പൂമേനി
അവിടെ ആറടി മണ്ണിൽ വിശ്രമിക്കുമ്പോൾ
ജെന്നിയുടെ പ്രിയമൂർ ഇവിടെയീ
ഇടത്താവളത്തിൽ ചുരുണ്ട് മയങ്ങിക്കിടന്നു.

3

യാത്രാമൊഴി

ഹൈഗേറ്റ് സെമിത്തേരി
1883 മാർച്ച് 17

ഈ ദിനം ഒരു കറുത്തദിനം തന്നെ.

കാറ്റില്ല.

ഇലകളനങ്ങുന്നില്ല.

മഞ്ഞ്. പുകമഞ്ഞ് പടർന്നിരിക്കുന്നു.

എംഗൽസിന്റെ കൺമുന്നിൽ മൂന്നുദിവസം മുന്നിലെ ആ കാഴ്ചയുണ്ട്. പതിവുപോലെ മാർച്ച് 14 നും താൻ വന്നു. ഉച്ച കഴിഞ്ഞിട്ടാണ്. അതും ഒരു തണുത്ത സായാഹ്നം. പുറത്ത് ഘനീഭവിക്കുന്ന മൗനം. പ്രകൃതിക്കും മനുഷ്യർക്കും. മാർക്സ് പാതിമയക്കത്തിലാണെന്ന് ഹെലനറിയാം. താൻ മുറിയിലേക്കു കടന്നു. ശരിയാണ് മൂർ ഉറങ്ങുകയായിരുന്നു. കുറേനേരം താൻ ആ മുറിയിൽ ചുറ്റിനിന്നു. തുള്ളിമരുന്നും ഗുളികകളും മേശപ്പുറം അപഹരിച്ചിരുന്നു. മൂർ മയങ്ങുകയാണ്. എന്നാലതൊരു ഉണരാത്ത മയക്കാണെന്ന് തനിക്ക് അതിവേഗം ബോധ്യമായി. അദ്ദേഹത്തിന്റെ ശ്വാസവും ഹൃദയമിടിപ്പും നിലച്ചിരുന്നു. ആരും കാണാതെ, ആരുമറിയാതെ സമാധാനത്തോടെ ആ ദേഹം വിട ചൊല്ലിയിട്ട് ഏതാനും നിമിഷമേ ആയിട്ടുള്ളൂ. പതിനഞ്ചു മിനിട്ടിന് മുമ്പ് താനെവിടെയെന്ന് ഹെലനോട് ചോദിച്ചിരുന്നു.

അവസാനമൊഴി ഉരുവിടും നേരത്ത് താനടുത്തുണ്ടായിരുന്നെങ്കിൽ എന്തായിരിക്കും മൂർ തന്നോട് പറയുക? തീർച്ചയായും ഇങ്ങനെയാകും 'പ്രിയ ഫ്രെഡ്, മൂലധനത്തിന്റെ രണ്ടും മൂന്നും വാല്യങ്ങൾ ഏതാണ്ടൊക്കെ ഒരുക്കിയിട്ടുണ്ട്. ലോകതൊഴിലാളി വർഗത്തിനുമുമ്പാകെ അതു

കൂടി സമർപ്പിക്കണം. മറ്റൊരു ചുമതലകൂടി ഏൽക്കണം. കമ്യൂണിസ്റ്റ് മാനിഫെസ്റ്റോയുടെ ഇതുവരെയുള്ള പതിപ്പുകളുടെ മുഖവുര നമുക്കിരുവർക്കും ചേർന്ന് തയാറാക്കാൻ ഭാഗ്യമുണ്ടായി. ഇനിയുള്ള പതിപ്പുകൾക്ക് താങ്കൾ, എന്റെ പ്രിയചങ്ങാതി തന്നെ ഒറ്റയ്ക്ക് മുഖക്കുറിപ്പെഴുതണം."

അപ്പോൾ തീർച്ചയായും തന്റെ കരങ്ങൾ അദ്ദേഹം ഗ്രഹിക്കുമായിരിക്കും. എന്നിട്ട് നെഞ്ചിൻകൂടിനോടു ചേർത്തുവയ്ക്കും. താൻ കണ്ണുകളടച്ച് പ്രിയപ്പെട്ട മൂറിന്റെ ഹൃദയത്തിന്റെ അടിത്തട്ടിലെത്താവുന്ന ഭാഷയിൽ ഉറപ്പു നൽകും.

"തീർച്ചയായും മൂർ. തീർച്ചയായും."

ഞങ്ങളുടെ ഹൃദയങ്ങൾ തമ്മിലുള്ള ഈ അന്തിമവിനിമയത്തിനിടം നൽകാതെയാണീ പ്രിയപ്പെട്ടവൻ യാത്രയായത്. അത് മറ്റൊരു തീരാദുഃഖം.

ഒരു സുഹൃത്ത് വന്ന് തോളത്ത് തട്ടി "എംഗൽസ് ഒരുക്കങ്ങളെല്ലാം കഴിഞ്ഞു. വേണ്ടപ്പെട്ടവരൊക്കെ എത്തിക്കഴിഞ്ഞു." എംഗൽസ് സെമിത്തേരിക്കരികിലേക്കു നീങ്ങി. ജെന്നിയെ അടക്കിയതിനടുത്താണ് മാർക്സിനെയും അടക്കാനുള്ള ഏർപ്പാടാക്കിയിരുന്നത്.

സുഹൃത്തുക്കളും ബന്ധുക്കളുമായി പതിനൊന്നു പേരാണ് ശവസംസ്കാരച്ചടങ്ങിൽ പങ്കെടുത്തത്. അവരിൽ ചിലർ എന്തൊക്കെയോ അടക്കങ്ങൾ പറയുന്നു.

എംഗൽസ് സമാധാനിച്ചു. ലോകമാണ് മാർക്സിന്റെ തറവാട്. അദ്ദേഹത്തിനു സുഹൃത്തുക്കളും ബന്ധുക്കളും ലോകമെമ്പാടുമുണ്ട്. അവർ ലക്ഷക്കണക്കിനോ കോടിക്കണക്കിനോ കാണും. സ്വന്തമായി നാടും വീടുമുണ്ടായിരുന്നോ മാർക്സിന്? ജന്മനാട് നാടുകടത്തി. പിന്നങ്ങോട്ട് നീണ്ട പ്രവാസജീവിതം. ഒരിടത്തു നിന്ന് മറ്റൊരിടത്തേക്ക്. ഒരുകൂടിൽ നിന്നും കുഞ്ഞുങ്ങളുമായി മറുകൂടിൽ അഭയം തേടുന്ന കിളികളെപ്പോലെ ഒരു തെരുവിൽ നിന്നും മറ്റൊരു തെരുവിലേക്ക് ഒരു നഗരത്തിൽ നിന്ന് മറ്റൊരു നഗരത്തിലേക്ക്. വീണ്ടും നഗരത്തിൽ നിന്നും ഗ്രാമത്തിലേക്ക് അല്ലെങ്കിൽ തിരിച്ചും. പറിച്ചു നടുമ്പോൾ ഒന്നുകിൽ വീട്ടുടമ അല്ലെങ്കിൽ പൊലീസ് വേട്ടക്കാരുടെ വേഷത്തിൽ വീടിനു മുന്നിൽ പ്രത്യക്ഷപ്പെട്ടു. പലതും സങ്കടകരങ്ങളായ കുടിയിറക്കുകൾ. എല്ലാം ഇല്ലായ്മകൾക്കിടയിലും തന്നെ സ്വീകരിച്ചുപോന്ന ഇംഗ്ലണ്ടിനോടും പ്രത്യേകിച്ചും ലണ്ടനോടും മാർക്സ് നന്ദി പറയാറുണ്ട്. ഒട്ടിയ വയറും ഒഴിഞ്ഞ മനസുമായി ബ്രിട്ടീഷ് മ്യൂസിയത്തിലെത്തുമ്പോൾ അവിടത്തെ വൈജ്ഞാനിക നിധികൂമ്പാരങ്ങൾക്കു മുന്നിലിരിക്കുമ്പോൾ വിശപ്പ് ഓടി ഒളിച്ചിരുന്നുവെന്ന് മൂർ പറഞ്ഞിട്ടുണ്ട്.

സെമിത്തേരി വിടുമ്പോൾ പരസ്പരം കെട്ടിപ്പുണരുന്നതുകണ്ടു. മൂറിന്റെ പ്രിയപ്പെട്ടവരിൽ പ്രിയപ്പെട്ടവനായ താൻ മാറി നിന്നു. മടങ്ങുന്ന വർ ഓരോരുത്തരായി വന്ന് തന്നോടു യാത്ര ചോദിക്കാൻ മറന്നില്ല.

എംഗൽസ് ഏറെനേരം സെമിത്തേരിക്കടുത്ത് തണലിൽ നിന്നു.

ഇപ്പോഴും കാറ്റ് വീശുന്നില്ല.

എംഗൽസ് ഓർത്തു. 1844 ൽ പാരീസിൽ വച്ചാണ് ആദ്യമായി മാർക്സിനെ പരിചയപ്പെടുന്നത്. തന്റെ കേട്ടറിവ് ഇങ്ങനെയായിരുന്നു.

ട്രയറിൽ കുരുത്തൊരിരുണ്ടരൂപം.

ചങ്ങല പൊട്ടിച്ചിറങ്ങിയ രാക്ഷസൻ.

തന്റെ കരുത്തുറ്റ മുഷ്ടി ചുരുട്ടി രോഷാകുലനായി നിരന്തരം ഇടിമു ഴക്കം സൃഷ്ടിക്കുന്നു.

താൻ വിസ്മയത്തോടെ ഓർത്തു. ഈ അലങ്കാര വ്യക്തിത്വത്തിന്റെ മുന്നിലാണോ താനിരിക്കുന്നത്.

തന്റെ പുരാണം സശ്രദ്ധമാണദ്ദേഹം കേട്ടത്.

"ഞാൻ ഫ്രെഡറിക് എംഗൽസ്. 1820ൽ ജനിച്ചു. ജർമനിയിൽത്ത ന്നെ. ബർമൻ പട്ടണത്തിൽ."

"അപ്പോ എന്നെക്കാൾ രണ്ടു വയസിനിളയവൻ — അനിയായെന്ന് വിളിക്കട്ടെ?" മാർക്സ് മുന്നോട്ടാഞ്ഞു.

എംഗൽസ് ചിരിച്ചു.

"എങ്ങനെ വേണമെങ്കിലുമാവാം. സന്തോഷം. അച്ഛൻ ഒരു ഫാക്ടറി മുതലാളി. അങ്ങയുടെ നിർവചനത്തിൽ ഒരു തനി ബൂർഷ്വാ. ഗണിതശാ സ്ത്രവും ലോകഭാഷകളും എന്റെ തലയ്ക്കു പിടിച്ചു. ചെറുപ്പത്തിൽ പഠനം പൂർത്തിയാക്കാൻ അച്ഛൻ അനുവദിച്ചില്ല. കുടുംബ ബിസിനസ് നോക്കി നടത്താൻ അച്ഛനിലെ വ്യവസായി നിർബന്ധിച്ചു. ബിസിനസി നോടും നീതി പുലർത്തണം, ഒപ്പം ലോകഭാഷകളും പഠിച്ചുകൊണ്ടിരി ക്കണം. യുറോപ്യൻ ഭാഷകളൊക്കെ മനസിൽ പതിഞ്ഞു. സ്വന്തം ശരീ രം സുന്ദരമായി സൂക്ഷിക്കാൻ വേണ്ടി കുതിരസവാരി മുതൽ നീന്തൽവ രെയുള്ള കായികവിനോദങ്ങളിലേർപ്പെട്ടു. ബസൽ നദിക്കക്കരെയിക്കരെ നാല് വട്ടം നീന്തി. പിന്നെയും പിന്നെയും നീന്തിത്തുടിച്ചുവെന്ന് പറയു ന്നതാവും ശരി. ഒരുതരം സാഹസമായ ജലാഭ്യാസം. വിപ്ലവകാരികളുടെ കല്ലേറേറ്റ് കൊട്ടാരങ്ങളുടെ കണ്ണാടിച്ചില്ലുകൾ പൊട്ടിത്തകരുന്നത് സ്വപ നംകണ്ടു; കൗമാരത്തിൽ. ശാസ്ത്രം നിരാകരിക്കുന്നതെന്തോ അത് ജീവി തത്തിൽ നിന്നും നിഷ്കാസനം ചെയ്യപ്പെടണം. മതം മാറ്റി നിറുത്തപ്പെട ണം. എന്റെ സുവ്യക്തമായ കണ്ടെത്തലിതായിരുന്നു."

ഒരു ഇംഗ്ലീഷ് പരിഷ്കാരിയുടെ മട്ടിലും വേഷത്തിലും സ്ഫുടത യോടെ തന്റെ നിലപാടുകൾ വ്യക്തമാക്കുന്ന എംഗൽസിനെ മാർക്സ്

ഏറെ പ്രതീക്ഷയോടെ നോക്കിയിരുന്നു. വേർപിരിയാ ഹൃദയങ്ങളുടെ കെട്ടുപിണയൽ അന്നാരംഭിച്ചു.

എംഗൽസ് മനസിനെ പിറകോട്ട് വിട്ടു. പരിചയപ്പെടുമ്പോൾ മൂർ 'വിശുദ്ധകുടുംബ'ത്തിന്റെ പണിപ്പുരയിലായിരുന്നു. മനസ്സ് നിറയെ ആലോചനകളും ചിന്നിച്ചിതറിയ ചിന്തകളടുക്കലുമായി കഴിയുന്ന ആ കാലം. താനുമായി നിരന്തര ചർച്ചകൾ. തന്നെ നിഴലായി കൂട്ടിക്കൊണ്ടു പോയി തൊഴിലാളികളോട് ആശയവിനിമയം നടത്താൻ ചുമതലപ്പെടുത്തി. ഒടുവിൽ വിശുദ്ധ കുടുംബത്തിന്റെ ചർച്ചയിൽ തന്നേയുംകൂട്ടി. തന്നെ വിസ്മയപ്പെടുത്തിയത് മൂറിന്റെ മറ്റൊരു കൽപ്പനയാണ് "എംഗൽസ് വിശുദ്ധ കുടുംബത്തിൽ താങ്കളുടെ തനതായ ഒരു ഭാഗം കൂടി എഴുതിച്ചേർക്കണം." ആ പാരീസ് നാളുകളിൽ തമ്മിൽ തമ്മിൽ വിലമതിക്കാനായി. താൻ മൂറിന്റെ ഭാഗമായി. മൂർ തന്റെ ഭാഗമായി.

എംഗൽസ് സെമിത്തേരിയിൽ നിന്നും ഏകനായി മടങ്ങി. അപ്പോൾ ചുറ്റും കാറ്റ് വീശിത്തുടങ്ങിയിരുന്നു. ഈറനണിഞ്ഞ കാറ്റ്. ആ കാറ്റ് കൊണ്ടുവന്ന ഓർമകളിലേക്ക് എംഗൽസ് വീണു.

യാത്രകൾ ഒരുമിച്ച്. വായന ഒരുമിച്ച്. ചർച്ച ഒരുമിച്ച്. അങ്ങനെയൊരു പൂക്കാലം. ഒടുവിൽ നിഗമനങ്ങൾ ഒന്നാകുന്നു. വൈരുധ്യാത്മക ഭൗതികവാദം മൂശയിൽ വിടർന്നത് നിരന്തര തിരുത്തൽ പ്രക്രിയയിലൂടെയാണ്. എല്ലാപ്രകൃതി പ്രതിഭാസങ്ങൾക്കും ഭൗതികമാണ് അടിത്തറ. മാനവസംസ്കാരത്തിന്റെ വളർച്ച, ഭൗതികശക്തികളെ ആശ്രയിക്കുന്നു. ഒന്നും സ്ഥിരമല്ല,. ചലനരഹിതവുമല്ല. ഇങ്ങനെ സിദ്ധാന്തിക്കുമ്പോൾ മുന്നിൽവരാവുന്ന ചോദ്യങ്ങൾക്കൊക്കെ മറുപടിയും തങ്ങൾ കരുതിയിരുന്നു.

"രാഷ്ട്രാധികാരം കയ്യാളേണ്ടത് തൊഴിലാളിവർഗത്തിന്റെ കടമയാണ്. സോഷ്യലിസം കേവലം സ്വപ്നാടകരുടെ കണ്ടുപിടിത്തമല്ല. ആധുനികസമൂഹത്തിന്റെ ഉൽപ്പാദനശക്തികളുടെ അന്തിമലക്ഷ്യമാണത്. സോഷ്യലിസ്റ്റ് വ്യവസ്ഥയിലൂടെ മാനവരാശിക്കാകെ സ്വാതന്ത്ര്യവും നീതിയും സമാധാനവും സമൃദ്ധിയും കൈവരുത്താൻ കഴിവുള്ള ഏകശക്തി തൊഴിലാളിവർഗമാണ്." ഈ കണ്ടുപിടുത്തത്തിന്റെ അവസാന നിമിഷങ്ങൾ തങ്ങളെ സംബന്ധിച്ച്, മാനവസമൂഹത്തെ സംബന്ധിച്ച് ചരിത്രനിമിഷങ്ങളായിരുന്നു.

ആ രാത്രി ആകാശം നിറയെ നക്ഷത്രങ്ങൾ പൂത്തുനിന്നു. നിലാവിന്റെ പ്രഭ ഒരു തെളിഞ്ഞ കിനാവ് പോലെ തങ്ങളുടെ ഹൃദയത്തിൽ മേഞ്ഞു. താനും മൂറും ആ രാത്രി വെളുക്കുവോളം പുഴയോരത്ത് മണപ്പുറത്ത് ആകാശത്തെ നോക്കിക്കിടന്നു. ചിലപ്പോൾ മൂർ കൈകാട്ടിയും ചിരിച്ചും മണൽത്തിട്ടകളിലൂടെ കോണോടുകോണുരുണ്ടു. ഒരാഘോഷത്തിമിർപ്പിലെന്നപോലെ. പുഴജലം ഞങ്ങളുടെ മനസുകളെ നനച്ച് കുളിർത്തു കൊണ്ടിരുന്ന നിദ്രാരഹിത രാവ്.

യൂറോപ്പിനെ ഒരു കമ്യൂണിസ്റ്റ് ഭൂതം പിടികൂടിയിരിക്കുന്നുവെന്നും ആ ബാധ ഒഴിപ്പിക്കാൻ ജാഗ്രത വേണമെന്നും പോപ്പും ചക്രവർത്തിമാരും പ്രഭുക്കന്മാരുമടങ്ങുന്ന മറ്റൊരു കൂട്ടുകെട്ട് പ്രചാരണം അഴിച്ചുവിട്ടതിൽ താനും മൂറും സന്തോഷിച്ചു. ഭൂതമാണോ പ്രേതമാണോ എന്നതല്ല വിഷയം. ഇവർക്കൊക്കെ ഭീതിയായിരിക്കുന്നുവെന്നും കമ്യൂണിസം കരുത്താർജിക്കുന്നുവെന്നും അംഗീകരിക്കപ്പെട്ടിരിക്കുന്നു. ശത്രു, ശക്തി അംഗീകരിച്ചാൽ പിന്നെ കാര്യങ്ങൾ എളുപ്പമാണല്ലോ.

മറ്റൊരുവേനൽക്കാലം.

ഒരു പരീക്ഷണഘട്ടത്തിൽ പൊലീസിന്റെയും കോടതിയുടെയും ഇടപെടലുകളുടെ മുൾമുനയിൽ നിൽക്കുമ്പോൾ മാർക്സിനു തന്റെ അഭാവം എല്ലാ നിലയ്ക്കും അനുഭവപ്പെട്ടു. ഉടൻ എഴുതി. "എംഗൽസ് താങ്കൾ എപ്പോഴും എന്റെ ആത്മാവാണ്. ഞാൻ താങ്കളുടെയും ആത്മാവാണെന്നു കരുതിക്കോട്ടെ."

കത്ത് വായിച്ചപ്പോൾ പ്രിയ മൂറിനെ പറന്നുപോയി കാണണമെന്നു തോന്നി. സ്വിറ്റ്സർലൻഡിലായിരുന്നു താനന്ന്. അന്നുതന്നെ ആരോടും പറയാതെ മൂറിനടുത്തേക്കു പുറപ്പെട്ടു.

സെമിത്തേരിയിൽ നിന്നു മടങ്ങി വീടിന്റെ മുറ്റത്തെത്തുമ്പോൾ കുട്ടികൾ തന്നെയും കാത്ത് വിഷമിച്ചു നിൽക്കുംപോലെ എംഗൽസിനു തോന്നി.

മൂറിന്റെ പ്രിയപ്പെട്ട കുഞ്ഞുമകൾ എല്യനോർ എന്ന 'ടട്സി' ജെന്നി മരിക്കപ്പെട്ടതിൽപ്പിന്നെ അച്ഛന്റെ പ്രൈവറ്റ് സെക്രട്ടറിയും ചുരുക്കെഴുത്തുകാരിയും അവളാണ്. അവൾ തന്നെയും കെട്ടിപ്പിടിച്ച് അച്ഛന്റെ വായനാമുറിയിലേക്കു നടന്നു. ഹെലൻ മുറി ഒരുക്കിയിരിക്കുന്നു. മുറിയിൽക്കയറിയ നേരം മുതൽ ടട്സി ചില്ലുജാലകത്തിലൂടെ പുറത്തേക്കു നോക്കി നിന്നു; ഏതോ ബാല്യകാല സ്മരണകളിൽ വീണപോലെ. എന്തായിരിക്കും അവളുടെ സ്മൃതിപഥത്തിൽ തെളിയുക? അച്ഛൻ പറഞ്ഞു കേൾപ്പിച്ച പുരാണകഥകളും നുണകളുമാണോ?

ഗ്രീക്ക് നായകൻ പ്രൊമിത്യൂസ്, പാപികൾക്കുവേണ്ടി കുരിശിലേറ്റപ്പെട്ട ക്രിസ്തുദേവൻ, ഷേക്സ്പിയർ നാടകങ്ങൾ, അറേബ്യൻ വിസ്മയകഥകൾ—അച്ഛൻ ഇടവേളകളിൽ കഥകളുടെ അത്ഭുതലോകങ്ങളിലേക്കു മക്കളെ കൊണ്ടുപോയിരുന്നു. ഒരു കഥയും പറഞ്ഞുപൂർത്തിയാക്കാതിരിക്കാൻ അദ്ദേഹം വാശിപിടിച്ചിരുന്നു. ഓരോ കഥയ്ക്കും തന്റേതായ ചില നീട്ടലും കുറുക്കലും വഴിത്തിരിവുകളും കാണും. കഥകളിൽ തങ്ങൾക്കിഷ്ടം മൂറിന്റെതന്നെ കെട്ടിച്ചമച്ച മറ്റൊരു മാന്ത്രികകഥയാണ്. ഹാൻസ് റോക്കിളാണീ കഥയിലെ നായകൻ. ഇയാൾ ഒരു കളിപ്പാ

ട്ടക്കച്ചവടക്കാരനാണ്. വിപുലമായൊരു കളിക്കോപ്പുകടയുടെ ഉടമയാണ് റോക്കിൾ. അവിടെ മൃഗങ്ങൾ, കള്ളന്മാർ, കുള്ളന്മാർ, റാണിമാർ, മാലാഖമാർ, സുൽത്താന്മാർ, സർപ്പങ്ങൾ, രാജാക്കന്മാർ, കിളികൾ, പന്തുകൾ, കാറുകൾ തീവണ്ടികൾ, ലതകൾ, പൂക്കൾ, കായ്കൾ എല്ലാം വിൽപ്പനയ്ക്കുണ്ട്. റോക്കിൾ മാന്ത്രികനാണെങ്കിലും ദരിദ്രനും കടക്കാരനുമായിരുന്നു. ഇപ്പോൾ ഇറച്ചിക്കാരനും റൊട്ടിക്കാരനും സാത്താനും പണം കൊടുക്കാനുണ്ട്. ഇവരുടെ കടം വീട്ടാൻ വഴിയില്ലാത്തതുകൊണ്ട് തന്റെ കടയിലെ കളിപ്പാട്ടങ്ങൾ പകരം നൽകിപ്പോന്നു. തന്റെ കുതിരകൾ, ആനകൾ, കൊക്കുകൾ, വണ്ടികൾ, രാജാക്കന്മാർ, റാണിമാർ അങ്ങനെ ഒന്നൊന്നായി കളിപ്പാട്ടങ്ങൾ നൽകി സാത്താന്റെയും കൂട്ടരുടെയും കടം വീട്ടിപ്പോന്നു. വിസ്മയമെന്നു പറയട്ടെ, സാത്താനും റൊട്ടിക്കാരനും ഇറച്ചിക്കാരനും നൽകിയ കളിപ്പാട്ടങ്ങൾ വീണ്ടും മടങ്ങിവന്ന് തന്റെ കട നിറയുന്നത് മാന്ത്രികൻ കാണുന്നു. ഈ പ്രക്രിയയ്ക്കുവേണ്ടി ചില ചില്ലറ നാടകീയരംഗങ്ങളും കഥയിൽ മൂർ ഒപ്പിച്ചിരുന്നു. കുട്ടികൾ അച്ഛനുചുറ്റും കാത് കൂർപ്പിക്കും. ശ്വാസമടക്കും അപ്പോൾ മൂർ പറയും. "ഈ കഥ വീണ്ടും തുടരും." എന്നിട്ടൊരു ചിരിയുണ്ട്.

അപ്പോൾ മക്കൾ പറയും "മൂറിതാ ചിരിക്കുന്നു. കള്ളച്ചിരി." റോക്കിളിന്റെ കഥ എങ്ങുമവസാനിപ്പിക്കാതെയാണ് മൂർ പറന്നുപോയത്.

എംഗൽസ് മൂറിന്റെ മുറിയിൽ അസ്വസ്ഥനായി. ഈ മുറിയുടെ ഗന്ധം, ഈ വീടിന്റെ നിശ്വാസങ്ങൾ, ഈ വീടിന്റെ നെടുവീർപ്പുകൾ, ഈ വീടിന്റെ കണ്ണുനീർ എല്ലാം താനറിയുന്നു. അകലെയാണെങ്കിൽ വീട്ടുവിശേഷങ്ങൾ വള്ളിപുള്ളി തെറ്റാതെ മൂറോ ജെന്നിയോ തനിക്കെഴുതുമായിരുന്നു. അങ്ങനെ മൂറെഴുതിയ സാമാന്യം നീണ്ടൊരു കത്ത് തനിക്ക് കാണാപ്പാഠമാണ്.

"ഇന്നലെ നിങ്ങളുടെ കത്ത് എത്തിയ നേരത്ത് ഇവിടെ വല്ലാത്തൊരവസ്ഥയായിരുന്നു. ജെന്നിക്കു സുഖമില്ല. ജെന്നിമോൾക്കും സുഖമില്ല. ഹെലനു പനിയാണ്. മരുന്നു വാങ്ങാൻ കാശില്ല. അതുകൊണ്ട് ഡോക്ടറെ വിളിക്കാൻ കഴിഞ്ഞില്ല. ഇന്നും അത് നടപ്പില്ല. എട്ടുപത്തു ദിവസമായി വീട്ടിലുള്ളവർക്ക് റൊട്ടിയും ഉരുളക്കിഴങ്ങുമാണ് ഭക്ഷണം. അതെങ്കിലും വാങ്ങാൻ ഇന്നെനിക്കു കഴിയുമോയെന്ന ആശങ്കയിലാണ്."

"ഇങ്ങനെ ഒരുവിധം ജീവിതം ഉരുട്ടാം എന്നുവച്ചാൽ വീട്ടുടമസ്ഥ മനസമാധാനം തരുന്നില്ല. അവർ ഞങ്ങളെ ഇവിടന്നിറക്കിവിടുന്നതാണ് ഇന്നത്തെ സ്ഥിതിക്കു നല്ല കാര്യം. അവരങ്ങനെ ചെയ്താൽ ഇരുപത്തിരണ്ടുപവൻ വാടകക്കുടിശ്ശിക കൊടുക്കാതെ കഴിക്കാമല്ലോ. പക്ഷേ അവർ അങ്ങനെയൊരു കനിവ് കാണിക്കുന്നമട്ടില്ല. മാത്രമല്ല, റൊട്ടിക്കാരനും പാൽക്കാരനും ചായപ്പൊടിക്കാരനും പച്ചക്കറിക്കാരനും ഇറച്ചിക്കാരനു

മൊക്കെ കാശ് കൊടുക്കാനുണ്ട്. ഈ ഗതികേടിൽ നിന്നും ഞാനെങ്ങനെ കരകയറും.

"എഴുത്തു കടലാസും സ്റ്റാമ്പും വാങ്ങാനുള്ള കാശുപോലുമില്ല. കോട്ടും ഷൂസുമൊക്കെ വീണ്ടും പണയത്തിലാണ്. അതുകൊണ്ട് ഏതാണ്ട് വീട്ടുതടങ്കലിലാണ് ഞാൻ."

ഈ കത്ത് തന്റെ മനസിനെ ഉലച്ചതായി എംഗൽസ് ഓർത്തു. വരും ലോകം കീഴടക്കാൻ പോകുന്ന ഒരു മഹാവിപ്ലവപ്രതിഭ നിത്യദാരിദ്ര്യത്തിന്റെ തീക്കുഴിയിൽപ്പെട്ട് ഒന്നിനും കൊള്ളാത്ത ചാരമായി മാറുന്നത് താൻ കാഴ്ചക്കാരനായി മാറി നോക്കിനിൽക്കണോ? പാടില്ല. മാർക്സിനെ താനീ അവസ്ഥയിൽ നിന്നും കൈപിടിച്ചു കരകയറ്റിയില്ലെങ്കിൽ ലോക തൊഴിലാളിവർഗം തനിക്കു മാപ്പ് നൽകില്ല. തീർച്ച. തനിക്കുറക്കമില്ലാതായി. സമാധാനമില്ലാതായി. കുറെ പണമുണ്ടാക്കണം. മൂറിനെ കടക്കെണികളിൽ നിന്നു മോചിപ്പിക്കണം. അങ്ങനെ, താൻ ബിസിനസിലേക്ക് വീണ്ടും മടങ്ങി. മാഞ്ചസ്റ്ററിലെത്തി. ഏർമർ ആൻഡ് എംഗൽസ് എന്ന സ്ഥാപനത്തിൽ പണിക്ക് തിരിച്ചുചേർന്നു. അന്നുമുതൽ മാഞ്ചസ്റ്ററിൽ നിന്നും ലണ്ടനിലേക്കു പണം എത്തിത്തുടങ്ങി. അഞ്ചും പത്തും പവൻ വീതം മാസംതോറും; ചിലപ്പോൾ ആഴ്ചതോറും.

മൂർ നിരന്തരം ഉറക്കമിളച്ചു പഠിച്ച് ട്രിബ്യൂണിനുള്ള ലേഖനങ്ങളും റിപ്പോർട്ടുകളും തയാറാക്കി തനിക്കയച്ചുതന്നു. താനവ സമഗ്രമാക്കി തർജമ ചെയ്ത് പത്രങ്ങൾക്കയച്ചു. ഓഫീസിലെ പിടിപ്പത് ജോലി കഴിഞ്ഞാണിപ്പണി. തലവേദനകൊണ്ട് പുളഞ്ഞ നിദ്രാരഹിതയാമങ്ങൾ.

തങ്ങൾക്ക് രണ്ടുപേർക്കുമായുള്ള വിഷയവിഭജനം നടന്നതിക്കാലത്താണ്. അദ്ദേഹം അർഥശാസ്ത്രം, ലോകചരിത്രം, യുറോപ്യൻ രാഷ്ട്രങ്ങളുടെ വിദേശനയം എന്നിവ ശ്രദ്ധിക്കണം. താൻ, സൈനികശാസ്ത്രം, ഭാഷാശാസ്ത്രം, പ്രകൃതിശാസ്ത്രം എന്നിവ ആഴത്തിൽ പഠിക്കണം. "മാഞ്ചസ്റ്ററിലുള്ള യുദ്ധവകുപ്പ് മന്ത്രി" എന്ന് മൂർ തന്നെ നേരമ്പോക്കിനു വിശേഷിപ്പിക്കുമായിരുന്നു.

തന്റെ കുഞ്ഞ് മുഷിന്റെ മരണം ഏൽപ്പിച്ച വിറങ്ങലിനിടയിൽ മാർക്സ് തനിക്കായി കുറിച്ച വാക്കുകൾ തന്റെമേൽ അദ്ദേഹത്തിനുണ്ടായിരുന്ന വിശ്വാസവും സൗഹൃദവും അടയാളങ്ങളായി ഉറച്ചിരുന്നു.

"കഴിഞ്ഞ നാളുകളിൽ ഞാനനുഭവിച്ച സങ്കടങ്ങളിലെനിക്കാശ്വാസം തന്നത് നിങ്ങളെയും നിങ്ങളുടെ സ്നേഹത്തെയും കുറിച്ചുള്ള സ്മൃതികളാണ്. ലോകനന്മയ്ക്കായി നമുക്കിരുവർക്കും ചേർന്ന് മറ്റെല്ലാം മറന്ന് എന്തെങ്കിലും ചെയ്യാനാകുമെന്ന വിശ്വാസത്തിലാണ് ഞാൻ."

ആ വിശ്വപ്രതിഭയുടെ വിശ്വാസത്തിന് ഒരു പോറലും ഏൽക്കാതെ ഇതുവരെ തനിക്കു ജീവിതം നീക്കാനായി. മാർക്സിന്റെ നിഴലായി,

മാർക്സിന്റെ ബൗദ്ധിക സൗരഭ്യമേറ്റുവാങ്ങി ജീവിക്കാനായത് അഭിമാനമാണ്. മഹാഭാഗ്യമാണ്. ഇനി, തന്റെ പ്രിയപ്പെട്ട മൂറില്ലാതെ വീണ്ടും എത്രകാലം? എന്തൊക്കെ ചെയ്യാനാകും? ആകാശമിടിഞ്ഞു വീണ് ഭൂമിയെപ്പിളർന്നാലും തന്റെ മരണം വരെ മൂറിന്റെ വിശ്വാസങ്ങളെ നെഞ്ചിലേറ്റണം. മൂർ ഉപേക്ഷിച്ചുപോയ ചിന്തകളും വിശ്വാസങ്ങളും അരിച്ചു പെറുക്കി അടുക്കി മനുഷ്യരാശിക്കു സമർപ്പിക്കണം. ഇനിയുമുള്ള ജീവിതം ഈ നിയോഗങ്ങൾക്കായി താൻ മാറ്റിവയ്ക്കട്ടെ!

ചില്ലുജാലകത്തിലൂടെ ടട്സി പടിഞ്ഞാറെ മാനത്തേക്കു കണ്ണും നട്ടു നിന്നു.

എംഗൽസ് ആലോചിക്കുകയായിരുന്നു. മൂറിന്റെ കുഞ്ഞുമോളുടെ മനോമുകുരത്തിലൂടെ കടന്നുപോകുന്ന കാഴ്ചകളെന്തൊക്കെയാണ്? മൂറിനോടൊപ്പമുള്ള ഞായാറാഴ്ച യാത്രകളാണോ?

തിരക്കില്ലാത്ത ഞായറാഴ്ചകൾ മൂർ കുടുംബയാത്രകൾക്കായി മാറ്റിവച്ചു. കുടുംബയാത്രയെന്നാൽ ഭാര്യ — മക്കൾ — ഹെലൻ മാത്രമല്ല, അടുത്ത കൂട്ടുകാർ, അവരുടെ കുടുംബാംഗങ്ങൾ എല്ലാം കൂടുന്ന ആഘോഷയാത്രയാണ്. ഏതെങ്കിലും കുന്നിൻപുറത്ത് അല്ലെങ്കിൽ താഴ്‌വാരത്ത് അല്ലെങ്കിൽ നദിക്കരയിൽ വിശ്രമം. മുതിർന്നവരൊക്കെ മുന്നിൽ, പിന്നിൽ തിന്നാനും കുടിക്കാനുമുള്ള വിഭവങ്ങളുടെ കൊട്ടയും ചുമന്ന് ഹെലൻ. നാടൻപാട്ടുകൾ പാടിയാണ് സംഘയാത്ര. വഴിയോരത്തെ പൂമരങ്ങൾ കുലുക്കിയും കായ്ഫലങ്ങൾ പറിച്ചും തിന്നുമുള്ള യാത്ര. മരച്ചോട്ടിൽ തണലിൽ വട്ടംകൂടി തീറ്റയും കുടിയും ചർച്ചയും നടക്കും. ദിനപത്രങ്ങളുടെ ഭിന്നസ്വരങ്ങളിൽ തുടങ്ങി ആകാശച്ചുവട്ടിലെ എല്ലാ വിഷയങ്ങളിലും ചർച്ചയാകാം. മടക്കയാത്രയിൽ ആരൊക്കെ മുന്നിൽ, ആരൊക്കെ പിന്നിൽ എന്ന ക്രമം തെറ്റും. ചിലപ്പോൾ ഒഴിഞ്ഞ കൊട്ടയുമായി ഹെലൻ മുന്നിൽ, തൊട്ടുപിന്നിൽ മുതിർന്നവർ, ഏറ്റവും പിന്നിൽ ടട്സിയും ചേച്ചിമാരും കൂട്ടുകാരും. അങ്ങനെ ഏറെ വൈകി കൂടണയുന്ന തളർച്ചയുടെ യാത്രകൾ അടുത്ത ഞായറാഴ്ചക്കായി കൊതിയോടെ കാത്തിരുന്നു.

യാത്രകൾ ആഘോഷങ്ങളാക്കുക എന്നത് ചെറുപ്പത്തിലേ മാർക്സിനു കമ്പമായിരുന്നു. യൂണിവേഴ്സിറ്റി വിട്ടതിനുശേഷം മാർക്സ് ബോണിലെത്തിയത് ചങ്ങാതി ബ്രൂണോ ബാവറെ കാണാനായിരുന്നു. അവർ ഗ്രാമഭംഗി ആസ്വദിക്കാനായി പുറപ്പെട്ടു. മനസ്സ് ഉന്മേഷത്തിലായിരുന്നു. ഗൊടെസ് ബർഗിൽ ചെന്ന് രണ്ട് കഴുതകളെ അവർ വാടകയ്ക്കെടുത്തു. കഴുതപ്പുറത്തു കയറിയുള്ള ആദ്യസഞ്ചാരം. മലകളെ ചുറ്റിക്കറങ്ങി കഴുതയാത്ര നഗരത്തിലെത്തി. ബോണിലെ സഞ്ചാരികൾ അവരെ കണ്ട് അന്തംവിട്ടുനിന്നു. രണ്ടു കഴുതസവാരിക്കാർ ഒരുകൂസലുമില്ലാതെ ആരവങ്ങളോടെ കറങ്ങിക്കൊണ്ടേയിരുന്നു. പാവം കഷ്ടപ്പെ

ട്ടത് രണ്ട് മണ്ടൻ മൃഗങ്ങളായിരുന്നു. ഒടുവിൽ കഴുതകൾ നിലവിളിക്കുവോളം ഉല്ലാസയാത്ര തുടർന്നു. കഴുതകളും തളർന്നു. യാത്രക്കാരും തളർന്നു. വിനോദയാത്രക്ക് അങ്ങനെ വിരാമമായി.

പിൽക്കാലത്ത് മാർക്സിനു യാത്രകൾ ചുരുക്കേണ്ടി വന്നത് ഇല്ലായ്മകൾ കൊണ്ടാണ്. ഒരു കടക്കാരനെ വിട്ട് മറ്റൊരു കടക്കാരനെത്തേടി. കടത്തിന്റെ ഗഡു മടക്കിക്കൊടുക്കാൻ മറ്റൊരു കടക്കാരനിലേക്ക്. കൂടുതൽ കടംതേടി മറ്റൊരു കടക്കാരന്റെ അടുത്തേക്ക്. പണയപ്പെടുത്തുവാൻ പുത്തൻ പണയക്കടയിലേക്ക്. യാത്രാപരിപാടികൾ ഇങ്ങനെ വെട്ടിക്കുറയ്ക്കേണ്ടി വന്നു.

എംഗൽസ് ഭൂതകാലത്തെ പുണർന്നു.

മൂറിന്റെ ഇല്ലായ്മകളുടെ വരണ്ട കാലം.

ഒരു ഡിംസബർ സായാഹ്നം.

ക്രിസ്തുമസിന്റെ വരവേൽപ്പിനായി തെരുവ് ഒരുങ്ങി.

അയൽവീടുകളിലെ മട്ടുപ്പാവുകളിൽ നിറക്കൂട്ടുകളിൽ കുളിച്ച നക്ഷത്രക്കൂട്ടങ്ങൾ.

മെഴുകുതിരിപ്രഭ കൊണ്ടു തുടുത്ത രാവുകൾ.

കൊതിയൂറുന്ന നോട്ടവുമായി ടട്സിയുടെ കുഞ്ഞുകണ്ണുകൾ അയലത്തെ നക്ഷത്രങ്ങളെയും മുറ്റങ്ങളിലെ ഉണ്ണിയേശു ഉറങ്ങുന്ന പുൽക്കൂടുകളെയും വലയം വച്ചു. താനും മൂറും വായനമുറിയിൽ ആശയങ്ങളുമായി പടവെട്ടുകയായിരുന്നു.

ഹെലൻ മുറിയിൽ തിടുക്കത്തിൽ കടന്നുകയറി മൂറിന്റെ കോട്ടെടുത്ത് സഞ്ചിയിൽ നിക്ഷേപിച്ചു.

'ഉം. എന്താ." മൂർ പുരികമുയർത്തി.

"ഞാനിത് പണയപ്പെടുത്താൻ പോവുകയാ. നാളെ ക്രിസ്തുമസല്ലേ. കുട്ടികളുടെ സങ്കടം കാണാൻ വയ്യ, കുറേ നക്ഷത്രങ്ങൾ വാങ്ങണം. മെഴുകുവിളക്കുകൾ വാങ്ങണം. ഇന്നേക്കും നാളേക്കും ഒന്നാന്തരം അത്താഴമൊരുക്കണം. ജനറൽ പൊയ്ക്കളയല്ലേ. ഇന്ന് രാത്രിഭക്ഷണം ഇവിടെ—പൊരിച്ച പന്നിയിറച്ചിയും കൂട്ടി." ഞങ്ങളുടെ മറുപടിക്ക് കാത്തുനിൽക്കാതെ ഹെലൻ പുറത്തേക്കിറങ്ങി.

ഞങ്ങൾ വീണ്ടും സംവാദത്തിലലിഞ്ഞു.

പുറത്ത് ഇരുട്ടിന് കനംവച്ചു.

ഹെലൻ മുറിയിൽ വന്നു കയറുമ്പോൾത്തന്നെ എന്തോ പന്തികേട് തോന്നി.

സഞ്ചിയിൽ നിന്നും കോട്ടെടുത്തവൾ ചുമരിലെ തൂക്കുകൊളുത്തിൽ കുടുക്കി. ഹെലൻ നിറുത്താതെ പുലമ്പി.

അവളുടെ ഒരു മട്ടേ, ഈ കോട്ട് പണയമായി വേണ്ടാത്രെ — ആ പുത്തൻ പണക്കാരിക്ക് — ആ കാതറിനുണ്ടല്ലോ അവൾക്ക്. ഈ ഉരുപ്പ

ടിക്ക് ഇരുന്നൂറ് വർഷം പഴക്കമുണ്ടത്രെ. മൂറിന്റെ അപ്പൂപ്പന്റപ്പൂപ്പനിൽ നിന്നും ജന്മാവകാശം കിട്ടിയതാണോ ഈ കോട്ടെന്നാണ് ചോദ്യം. പോരാത്തതിന് പാറ്റയും എലിയും സമ്മാനിച്ച ഈ പുറംചട്ടയിലെ മുറിവുകളും ചതവുകളും തുളകളും അവൾ തൊട്ടു കാണിച്ചുതന്നു.

ഈ കോട്ട് പലവട്ടം പലയിടത്തും പണയം വച്ചിട്ടുള്ളതാണെന്ന് ഞാനും തർക്കിച്ചുനോക്കി. ങേ ഹെ അവൾ കേട്ടഭാവം നടിച്ചില്ല.

പിന്നെ അവളുടെ ഒരുചോദ്യവും.

"നീ ഈ കോട്ടുടമയുടെ ഭാര്യയാണോ?"

"അല്ല" ഞാൻ സൗമ്യമായി.

"പിന്നെ വെപ്പാട്ടിയാണോ?"

അവളുടെ കരണക്കുറ്റിക്കിട്ടൊന്ന് കൊടുക്കണമെന്ന് തോന്നി. പിന്നെ അടക്കി. എല്ലാരേം ഓർത്തിട്ടാ." ഹെലൻ മൂറിനെ നോക്കി.

"ഞാൻ ആ വീട്ടിലെ ദാസിയാണ്, ദാസിപ്പെണ്ണ്. വെറുമൊരു ദാസി പ്പെണ്ണ്."

"എന്റെ സങ്കടത്തോടെയുള്ള വെളിപ്പെടുത്തലിൽ കാതറിന് സമാധാനമായി. അവൾ നിശ്ശബ്ദയായി. കോട്ട് മടക്കിത്തന്നു.'

മൂടിക്കെട്ടിയ മുഖവുമായി ഹെലൻ മുറിവിട്ട് താഴെക്കിറങ്ങി.

അവിടെ ടട്സിയുടെ ഏങ്ങലുയരുന്നത് ഞങ്ങൾ കേട്ടു.

അവളുടെ താരസ്വപ്നങ്ങൾ പൊലിഞ്ഞതിന്റെ നിലവിളികളുയർന്നു.

ഞങ്ങളുടെ ചർച്ചയും അവിടെ വഴിമുട്ടി.

മൗനം മുറിച്ചത് മൂറാണ്. മറ്റൊരു ഗതികേടിന്റെ ഭാണ്ഡമഴിച്ചുകുടഞ്ഞുകൊണ്ട്.

ഡേവിഡ് പോർട്ടറെന്ന കിഴവൻ വീട്ടുടമയുടെ വാടകക്കാരനായി ജീവിച്ച കാലം. വാടക പിരിക്കാൻ വരുന്ന ദിവസങ്ങളിലൊക്കെ ജെന്നിയെ നോക്കി പത്ത് പുലഭ്യം പറഞ്ഞേ അയാൾ മടങ്ങൂ. ഞാനയാൾക്ക് പിടി കൊടുക്കാതെ നടക്കുകയായിരുന്നു.

ഒരു നവംബർ സന്ധ്യയിൽ വളവ് തിരിയുമ്പോൾ അയാളെന്റെ മുന്നിൽ വന്നുപെട്ടു. ഒഴിഞ്ഞുമാറിയാലോ എന്ന് ഒരുനിമിഷം ശങ്കിച്ചപ്പോൾ അയാൾ ഊന്നുവടി ഉയർത്തി എന്നെ തടഞ്ഞു.

"നിങ്ങളാണ് കാൾ മാർക്സ് അല്ലേ." അയാളുടെ നാവ് കുഴയുന്നുണ്ട്.

നുണ പറയാൻ തോന്നിയില്ല. "അതെ."

"എന്റെ വാടകക്കാരൻ?" കിഴവന്റെ റം മണം ചുറ്റും വീശി.

"ഉവ്വ്."

"എങ്ങോട്ടാ എഴുന്നള്ളത്ത്" പരിഹാസം ഇഷ്ടമായില്ലെന്ന് നടിച്ചില്ല.

"കുറെ കടലാസും മഷിയും വാങ്ങണം."

"എന്നാ എന്റെ ആ വീടൊന്നൊഴിഞ്ഞുതരിക."

"മറ്റൊരു വീട് നോക്കുന്നുണ്ട്."

"അതുപറ്റൂല. ഉടനെ ഒഴിഞ്ഞുപോണം."

"വാടകക്കുടിശ്ശിക ഉടനെ തീർക്കാം."

"അത് പിന്നത്തെ വിഷയം. എനിക്കീ വീടൊന്ന് ഒഴിഞ്ഞുകിട്ടണം." കിഴവൻ ഗൗരവത്തിലാണ്.

"പ്രായം മുറ്റാത്ത കുട്ടികൾ. രണ്ടു സ്ത്രീകൾ. ഇവരേം കൂട്ടി ഉടനെ മാറാൻ വിഷമമുണ്ട്."

"രണ്ടു പെണ്ണുങ്ങളുടെ കാര്യം പുതിയ അറിവാണ്. ഞാനൊന്നിനേ കണ്ടിട്ടുള്ളൂ. എഴുത്തുകാരനാണല്ലേ." ഞാനൊന്നും മിണ്ടിയില്ല. കിഴവൻ നിന്നാടുകയാണ്.

"നോവലാണോ കവിതയാണോ."

"രണ്ടുമല്ല."

"ഓ ഹാസ്യമായിരിക്കും — എഴുത്തുകാരന്റെ കൂടപ്പിറപ്പാടോ ദാരിദ്ര്യം — വായിച്ചിട്ടില്ലേ?" ഞാൻ ചിരിക്കാൻ ശ്രമിച്ചു.

"അതുപോട്ടെ. ഇപ്പോ തന്റെ കയ്യിലെത്രയുണ്ട്?"

"എന്റെ കയ്യിൽ മഷിയും കടലാസും വാങ്ങാനുള്ള ചില്ലറ തുട്ടുകളേയുള്ളൂ."

"എന്നലതിങ്ങ് പോരട്ടെ." അയാൾ കൈ നീട്ടി എന്റെ കുപ്പായക്കീശയെ ഉന്നം വച്ചു. ഞാൻ ചുറ്റുവട്ടത്തേക്ക് കണ്ണോടിച്ചു. തെരുവിലെ യാത്രക്കാർ ശ്രദ്ധിക്കുന്നുണ്ട്. ഞാൻ കീശയിലെ തുട്ടുകൾ നുള്ളിപ്പെറുക്കി അയാളെ ഏൽപ്പിച്ചു. എന്റെ കീശ ഒഴിഞ്ഞു. ഞാൻ തിരികെ നടന്നു. കിഴവൻ നാണയങ്ങൾ തിരിച്ചും മറിച്ചും നോക്കി എണ്ണുകയാണ്. ഊന്നുവടി തറയിലുറപ്പിച്ചിട്ടും അയാളുടെ കാലുകളുറയ്ക്കുന്നില്ല.

കടലാസും മഷിയുമില്ലാതെ വരും നാളുകളിൽ താനെന്തു ചെയ്യും. മടക്കയാത്രയിൽ എന്റെ ചിന്ത ഇതായി. ഈ നവംബറിലെ മറ്റൊരു നഷ്ടം. എന്റെ ഗതികേടിനെ ശപിച്ചു നടന്നു.

തലയെ തലോടിയ വഴിയിലേക്ക് ചാഞ്ഞ പൂമരക്കൊമ്പിനെ വലിച്ചൊടിച്ച് വഴിയോരത്തുപേക്ഷിച്ച് ക്ഷോഭമടക്കി ഞാൻ വേഗത്തിൽ നടന്നു.

എഴുത്ത് മുടക്കിയ കിഴവൻ തുട്ടുകളെണ്ണി തിട്ടപ്പെടുത്തിയോ ആവോ?

ഓർമയെ മടക്കിയ എംഗൽസ് ജാലകത്തിനരികിലെ തേങ്ങലറിഞ്ഞു. ടട്സി വിങ്ങുകയാണ്. അവളുടെ മുഖം തിരിച്ചു പിടിച്ചു നോക്കുമ്പോൾ അവിടെ കണ്ണുകൾ കലങ്ങിക്കണ്ടു.

“മൂർ ദരിദ്രർക്ക് തന്റെ സ്വപ്നങ്ങൾ ദാനം നൽകി. പകരം, ദാരിദ്ര്യം കൈനീട്ടിവാങ്ങി, ശരിയല്ലേ? അദ്ദേഹം അങ്ങേക്കെഴുതിയ ഒരു കത്തോർമയുണ്ടോ: ‘ഈ കത്ത് നിങ്ങൾക്കെഴുതുന്നതിനേക്കാൾ എന്റെ തള്ളവിരൽ ചെത്തിക്കളയുകയല്ലേയെന്നുപോലും തോന്നിപ്പോകുന്നു. ജീവിതത്തിന്റെ പകുതിഭാഗം മറ്റുള്ളവരെ ആശ്രയിച്ചുകഴിയുക’ സത്യമായുമിത് സഹിക്കാവുന്നതിലപ്പുറമാണ്.”

‘ഞാനോർക്കുന്നു. ഞാനെല്ലാമോർക്കുന്നു മോളെ.”

എംഗൽസ് അവളുടെ കണ്ണീർ തുടച്ചു.

“അങ്ങ് എല്ലാം അറിയുന്നവൻ. അങ്ങ് എല്ലാം ഓർക്കുന്നവൻ. ഇനിയുള്ളവരുടെ സമാധാനം ഇതു മാത്രമാണ്— ഇതു മാത്രം.”

ടട്സി ഇതും പറഞ്ഞുകൊണ്ട് എംഗൽസിനെ കൈപിടിച്ച് അച്ഛന്റെ കസേരയിലേക്കാനയിച്ചു. “ഇനി മുതൽ ഈ ഇരിപ്പിടം അങ്ങേക്കുള്ളതാണ്. ഇരുന്നാലും.”

എംഗൽസ് കുതറി മാറാൻ നോക്കി. ടട്സി യാചനയോടെ വീണ്ടും വീണ്ടും അപേക്ഷിച്ചു. ഒടുവിൽ തനിക്ക് പാകമല്ലെന്നു തോന്നിയ മൂറിന്റെ കസേരയിലമർന്നു. അൽപ്പനേരം കണ്ണടച്ചിരുന്നു.

മഞ്ഞുകാലത്ത്

വേനൽക്കാലത്ത്

മഴക്കാലത്ത്

കൊടുംതണുപ്പിൽ, കൊടും ചൂടിൽ, കൊടുങ്കാറ്റിൽ ഓർമയുടെ ചെപ്പിൽ എന്തെല്ലാമോർക്കാനുണ്ട്.

ഫ്രഡറിക് എംഗൽസിനു മറവിയില്ല.

ഫ്രഡറിക് എംഗൽസ് എല്ലാം ഓർക്കുന്നു.

ഓർമത്തെറ്റുകളില്ലാതെ.

ഉണ്ണാത്തപകലുകളിൽ ഉറങ്ങാത്തരാവുകളിൽ നീണ്ടനീണ്ട ചർച്ചകൾ, എഴുത്ത്, തിരുത്തെഴുത്ത് എല്ലാം ഞാനോർക്കുന്നു.

സിദ്ധാന്തങ്ങളുടെ കണ്ടെത്തലുകൾ, കണ്ടെത്തലുകൾക്കൊടുവിലെ ആഘോഷങ്ങൾ, സംഘം ചേരലുകൾ, സമരസംഗമങ്ങൾ, വിജയങ്ങൾ, തോൽവികൾ, വീണ്ടും വിജയങ്ങൾ, വിജയാരവങ്ങൾ; എല്ലാം ഞാനോർക്കുന്നു.

ഇല്ലായ്മകൾക്കും യാതനകൾക്കും കഠിനാധ്വാനത്തിനും വഴങ്ങിക്കൊടുത്ത മൂർ, ജീവിതത്തിൽ തോറ്റുപോയിയെന്നു സമ്മതിച്ചു കൊടുത്തില്ലെന്ന് ഞാനോർക്കുന്നു.

താൻ സമ്മാനപ്പൊതികളുമായി മൂർ ഭവനം സന്ദർശിക്കുമ്പോൾ രക്തബന്ധത്തിലൊരാൾ കടന്നുവന്ന അനുഭവം ഏറ്റുവാങ്ങിയത് ഞാനോർക്കുന്നു.

മൂറിന്റെ ജെന്നി തന്നിലേക്ക് പകർന്ന കൂടപ്പിറപ്പിന്റെ നെഞ്ചിടിപ്പുകൾ ഞാനോർക്കുന്നു.

മൂറിന്റെ കരൾരോഗത്തിനു മാത്രമല്ല, സർവവ്യാപികൾക്കുമുള്ള ഒന്നാന്തരം മരുന്നാണ് എംഗൽസ് എന്ന് ജെന്നിമോൾ പ്രസ്താവിച്ചതും ഞാനോർക്കുന്നു. റെയിൽവേയിൽ ജോലി കിട്ടാതെ പോയത് കൈപ്പടയുടെ അഭംഗികൊണ്ടാണെന്ന വെളിപ്പെടുത്തലിൽ ഊറിയൂറിച്ചിരിക്കുന്ന മൂറിനെ ഞാനോർക്കുന്നു.

റെയിൽവേയിൽ ജോലിനേടി ഭാര്യയെയും പിള്ളാരെയും പോറ്റിസാദാകാരണവരായിത്തീർന്നെങ്കിൽ താനേറ്റെടുത്ത ലോകതൊഴിലാളിവർഗമോചനദൗത്യം ആര് കൈകാര്യം ചെയ്യുമായിരുന്നുവെന്ന നേരമ്പോക്ക് ചോദ്യത്തിനു മുമ്പിൽ മുഖംകുനിച്ച് നിറയെ ചിരിക്കുന്ന മൂറിനെ ഞാനോർക്കുന്നു.

പണയപ്പെടുത്താൻ പോയ ജെന്നിയുടെ കുടുംബചിഹ്നം കൊത്തിയ വെള്ളിക്കരണ്ടി മോഷണവസ്തുവാണെന്നാരോപിച്ച് രണ്ടുനാൾ ജയിലിലടയ്ക്കപ്പെട്ട മൂർ പിന്നീട് ആ തമാശയോർത്ത് ഊറിച്ചിരിക്കുന്നത് ഞാനോർക്കുന്നു. ആ ദിനം താനണിഞ്ഞിരുന്ന കീറിപ്പറിഞ്ഞ വസ്ത്രങ്ങളാണ് കൈവിലങ്ങുകൾ വയ്പിച്ചതെന്നോർത്തായിരുന്നു കണ്ണീരിൽ ചാലിച്ച ആ ചിരി.

മൂന്ന് പിഞ്ചുമക്കളുടെ മരണം. പ്രിയപത്നി ജെന്നിയുടെ മരണം. ഒടുവിൽ ജെന്നിമോളുടെ മരണവും. ഓരോ മരണത്തിന്റെയും തളർച്ചയിൽ നിന്നുമുണർന്നെഴുന്നേൽക്കുമ്പോൾ മൂർ ആദ്യം കൈവയ്ക്കുന്നത് 'മൂലധന'ത്തിന്റെ അറ്റകുറ്റപ്പണികൾക്കു മേലാണെന്നു ഞാനോർക്കുന്നു.

'മൂലധനം' എഴുതിത്തീർന്ന നേരത്ത് മൂർ തനിക്കെഴുതിയ വരികളോർക്കുന്നു.

"ഇപ്പോൾ കാടിളക്കി വരുന്ന ഒരു കാട്ടാളന്റെ ശക്തി കൈവരിച്ചതായി തോന്നുന്നു. പക്ഷേ ഹാംബുർഗ് വരെ യാത്രചെയ്ത് പകർപ്പ് പ്രസിലേൽപ്പിക്കുവാനുള്ള പണമില്ല. പുറത്തിറങ്ങാനുമാവില്ല. കോട്ടും ഷൂസുമില്ല. രണ്ടും പണയത്തിലാണ്."

വീണ്ടും ഒരു പാതിരാത്രിയിൽ കുറിച്ച കത്ത് തന്നെ തേടിവന്നതോർക്കുന്നു. "മൂലധനത്തിന്റെ അവസാന പേജിലെ അവസാനവരിയിലെ അവസാനവാക്കിന്റെ പ്രൂഫ് ഇപ്പോൾ നോക്കിത്തീർന്നു. അങ്ങനെ, ഒന്നാം വാല്യത്തിന്റെ പണി തീർന്നു. ഹാവൂ. പ്രിയ എംഗൽസ്, താങ്കളുടെ മഹത്തായ ത്യാഗമില്ലാതിരുന്നെങ്കിൽ മൂന്ന് വാല്യങ്ങൾക്കും ആവശ്യമായ ഒരുക്കങ്ങൾ എനിക്ക് ചെയ്തു തീർക്കുവാൻ സ്വപ്നത്തിൽപ്പോലും പറ്റുമായിരുന്നില്ല. പ്രിയ സുഹൃത്തേ, എന്റെ കൃതജ്ഞതാപൂർണമായ ആലിംഗനങ്ങൾ." അപ്പോൾത്തന്നെ ഞാനന്നെഴുതിയ മറുപടിയും ഓർക്കുന്നു.

“മൂലധനത്തിന്റെ ഒന്നാംവാല്യ സ്വപ്നം യാഥാർത്ഥ്യമായെന്ന റിഞ്ഞപ്പോൾ എനിക്ക് എല്ലാം മറന്നൊന്ന് കൂവി വിളിക്കുവാൻ കൊതി തോന്നി.”

ലോറയും ടട്സിയും ആ രാവിൽ അവരുടെ ഭവനത്തിൽ താൻ പാർക്കണമെന്നഭ്യർഥിച്ചു. എത്രയെത്ര രാത്രികളിൽ താനും മറ്റ് സഖാക്കളും ജെന്നിയുടെയും കുട്ടികളുടെയും സ്നേഹപരിചരണത്തിൽ രാപാർത്ത വീടാണിത്. അന്നൊക്കെ മൂറും രാവേറെയാകും വരെ ഒപ്പം കൂടും.

ഓർമകളുടെ ചെപ്പ് മെല്ലെ കണ്ണടച്ചു. വാതിൽ തള്ളിത്തുറന്നത് പുറത്ത് വീശുന്ന കാറ്റാണെന്നു കരുതി. കാറ്റല്ല. ഹെലനാണ്. എംഗൽസ് ഇരിപ്പിടത്തിൽ നിന്നും എണീറ്റു.

“വരൂ ഹെലൻ.”

ഒരു നീണ്ട നെടുവീർപ്പോടെ ഹെലൻ മുറിയിലാകെ കണ്ണുഴിഞ്ഞു. അവളുടെ കണ്ണുകളിൽ മയക്കം വലയം വയ്ക്കുന്നു. കുറച്ച് ചടച്ചിട്ടുണ്ടെങ്കിലും ആകെപ്പാടെ നോക്കുമ്പോൾ സൗന്ദര്യം വാടീട്ടില്ല.

“ജനറൽ അങ്ങയുടെ ഈ സ്വകാര്യ നിമിഷങ്ങളുടെ നിറഞ്ഞ കളത്തിൽ ഈയുള്ളവൾക്കും ഇത്തിരി നേരം ഇടം തരാമോ?”

“തീർച്ചയായും.” എംഗൽസ് ഹെലന്റെ ശബ്ദത്തിനായി കാതുകളൊരുക്കി.

“ഞാനറിയുന്നു, ലോകമറിയുന്നു; മൂറിന്റെ ജീവന്റെ ഒരുപങ്കാണ് ജനറലെന്ന്. ശരിയല്ലേ. അപ്പോ ഈ ഞാനോ? അലക്കും തേയ്പ്പും കഴുകലും തുടയ്ക്കലും അടിച്ചുവാരലും പെറുക്കി ഒതുക്കലും. എന്റെ ജന്മം അങ്ങനെ. ജനറൽ ക്ഷമിക്കണം. എനിക്കീവിധമൊക്കെയെ പറയാനറിയൂ. ഒരടുക്കും ചിട്ടയുമില്ലാതെ. തൊട്ടുതൊടാതെ — ആർക്കും പിടികൊടുക്കാതെ. മുമ്പ് ഈ മുറിയിൽ വട്ടംകറങ്ങിയ ചുരുട്ടിന്റെ പുകച്ചുരുളുകൾ നിവർന്ന് നേർത്ത് മുറി മുറിച്ചു കടന്ന് കാറ്റ് ഘനീഭവിക്കുന്ന ചുമരിടകളിലൂടെ ഒഴുകി വന്നെന്റെ ഇന്ദ്രിയങ്ങളിലേക്ക് മഹാപ്രവാഹം പോലെ തള്ളിക്കയറുമായിരുന്നു. ഇതെന്റെ സ്വന്തമറിവ്, എന്റെ മാത്രമറിവ്.

ഞാൻ ജെന്നിയെ മേമീ എന്നുവിളിച്ചു. പകരമെനിക്ക് നിം എന്നും പേരിട്ടു.

ജെന്നി ബുദ്ധിമതിയായിരുന്നു, ആ പിടിയുന്ന കണ്ണുകളെവിടെയും പറന്നെത്തി. മൂറിന്റെ വിരലുകൾ ആദ്യമോടുന്നത് ആ കൺപീലികൾക്ക് മേലെയാണ്. മൂർ ഭയന്നതും ഈ നീലമിഴികളെത്തന്നെ.

അല്ല ഞാനെന്തൊക്കെയാ പറയണെ - ഇതാ ഞാനാദ്യം പറഞ്ഞ് എനിക്കൊന്നും പറഞ്ഞൊപ്പിക്കാനറിയില്ലെന്ന് അവിടേം ഇവിടെം കിടന്നു തപ്പും.

കടിഞ്ഞൂൽ മോൾക്ക് ജെന്നിയെന്ന പേര് തന്നെ മതിയെന്ന് വാശി പിടിച്ചത് ഞാനാണ്.

ഒടുവിൽ അച്ഛനും അമ്മയും വഴങ്ങി.

മൂത്തമോൾക്ക് അമ്മയുടെ പേര്. മൂറും ജെന്നിയും മകളുടെ കാതിലൂതി വിളിച്ചു. 'ജെന്നി-ജെന്നിമോൾ' എന്തിനാ ജനറൽ ഞാനിതൊക്കെപ്പറയണത്. സത്യത്തിലെനിക്കറിയില്ല.

ഞാനെപ്പഴും ഇങ്ങനെയാ — ഇതാണെന്റെ കുഴപ്പം. എനിക്കിങ്ങനെയേ കഴിയൂ. ഞാനിനി എന്തു ചെയ്യാനാ ദൈവമേ.

നോക്കൂ ജനറൽ ഇപ്പോൾ ജെന്നിയില്ല, ജെന്നിമോളില്ല. മൂറുമില്ല — ഞാൻ ഞാനിവിടെ...

വരട്ടെ ജനറൽ വരട്ടെ."

മുഖം തിരിച്ച് വായ്പൊത്തി തലകുനിച്ച് ഹെലൻ മുറി വിടുമ്പോൾ മലർക്കെ തുറന്ന വാതിലിലൂടെ നിലാവ് മേയുന്ന മുറ്റത്തേക്ക് എംഗൽസ് നോക്കിയിരുന്നു.

രാവ് നീളുന്നുവെന്ന അറിവിൽ എംഗൽസ് മുറിവിടാനൊരുങ്ങി.

ഇന്ന് ഈ മരവിപ്പിൽ മൂറില്ലാതെ മൂറിന്റെ മുറിയിൽ കൂടണയണമെന്ന് ഇവിടെ ജീവിച്ചിരിക്കുന്നവർ ആശിക്കുന്നു. ശരി. മരണം വിതച്ച മരവിപ്പിൽ ഈ രാത്രി ഇവിടെ മതി.

പുറത്തൊന്ന് നടന്നിട്ടു വരാമെന്നു കുട്ടികൾക്കുറപ്പ് നൽകി ഇറങ്ങി നടന്നു. തനിയെ.

പാതിരാത്രി കഴിഞ്ഞു.

മൂടൽമഞ്ഞ് മറച്ച ആകാശത്തിന്റെയും ഭൂമിയുടെയും വിടവിലൂടെ എംഗൽസ് നടന്നു.

ഹൈഗേറ്റ് സെമിത്തേരിയെ ഉന്നംവച്ച് നടന്നു.

കാലുകൾ തളർന്നു തുടങ്ങി.

എന്തേ, സെമിത്തേരിയിലെത്തുന്നില്ല.

വഴിതെറ്റിയതാണോ?

ഇല്ല. പല വിയോഗവേളകളിലും വന്നിട്ടുള്ള ഇടമാണിത്.

മഞ്ഞുമഴ മാഞ്ഞുതുടങ്ങി.

നിലാവ് ഭൂമിയിലും വിരിയാൻ തുടങ്ങി.

താൻ മൂറിന്റെയും ജെന്നിയുടെയും വിശ്രമത്താവളത്തിലെത്തിക്കഴിഞ്ഞു.

തന്റെ കയ്യിലെ ചുവന്ന പൂക്കുലക്കൂട്ടം എംഗൽസ് മാർക്സിന്റെ സ്മൃതിമണ്ഡപത്തിൽ സമർപ്പിച്ചു. പിന്നെ കണ്ണുകളടച്ചു; ചുണ്ടുകളനക്കി; മാർക്സിന്റെ സ്വപ്നസാഫല്യങ്ങൾക്കായുള്ള പ്രതിജ്ഞ മന്ത്രിച്ചു.

സൗരഭ്യം പരത്തിയ ഈറൻകാറ്റിൽ ഏറെനേരം എംഗൽസ് അങ്ങനെ കണ്ണടച്ചു നിന്നുപോയി.

കണ്ണ് തുറക്കുമ്പോൾ ശവകുടീരത്തിന്റെ എതിർദിശയിലൊരു സ്ത്രീരൂപം തലകുനിച്ച് മുഖം മറച്ച് പ്രാർഥിക്കുന്നു.

"ആരാ?"

"ഞാൻ.. ഞാൻ തന്നെ."

സ്ത്രീരൂപം തല ഉയർത്തി. അവിടെയപ്പോൾ ഇളംകാറ്റൂതി.

ചുറ്റുവട്ടത്തെ പൂമരങ്ങളിൽ നിന്നും പഴുത്തിലകളും വാടിയ പൂവിതളുകളും ഞെട്ടറ്റ് കാറ്റിൽപ്പറന്നു.

സ്ത്രീയുടെ ശിരോവസ്ത്രം കാറ്റിലിളകിക്കൊണ്ടിരുന്നു. നിലാവിൽ,

പാതിമറഞ്ഞ കവിളുകളിലൂടെ കണ്ണീരൊഴുകുന്നത് എംഗൽസ് കണ്ടു.

ഹെലൻ ശിരോവസ്ത്രം നേരെയാക്കി മിഴിനീർ മറച്ചു. വീണ്ടും തല കുനിച്ചു.

എംഗൽസ് വേഗതയാർന്ന കാൽവയ്പുകളോടെ തിരികെ നടന്നു.

വീണ്ടും മൂടൽമഞ്ഞു കുമിഞ്ഞു.

മൂടൽമഞ്ഞും മുറിച്ചു കൊണ്ടുള്ള നടത്തയ്ക്ക് വേഗത കൂടുന്നതായി എംഗൽസ് അറിഞ്ഞു.

www.ingramcontent.com/pod-product-compliance
Lightning Source LLC
LaVergne TN
LVHW040831051026
849519LV00007BB/2817